ചേതന യോഗ

chethanayoga

•

a group of writers

•

first edition
june 2017

•

second edition
august 2017

•

published
chintha publishers, thiruvananthapuram

•

typesetting
star communications, thiruvananthapuram

•

•

cover
midas

•

വിതരണം

ദേശാഭിമാനി ബുക്ക് ഹൗസ്

H O തിരുവനന്തപുരം−695 035
Ph: 0471-2303026, 6063020
www.chinthapublishers.com
chinthapublishers@gmail.com

ബ്രാഞ്ചുകൾ

ഹെഡ്ഡാഫീസ് ബ്രാഞ്ച് കുന്നുകുഴി • സ്റ്റാച്യു തിരുവനന്തപുരം • കെ എസ് ആർ ടി സി ബസ് സ്റ്റേഷൻ ആലപ്പുഴ • കെ എസ് ആർ ടി സി ബസ് സ്റ്റേഷൻ എറണാകുളം • മച്ചിങ്ങൽ ലെയ്ൻ തൃശൂർ • ഐ ജി റോഡ് കോഴിക്കോട് • മാവൂർ റോഡ് കോഴിക്കോട് • എൻ ജി ഒ യൂണിയൻ ബിൽഡിങ് കണ്ണൂർ • സെൻട്രൽ ബസ് ടെർമിനൽ കോംപ്ലക്സ് താവക്കര കണ്ണൂർ

CR - 1723 / 4404
ISBN - 978-93-86364-92-0

ചേതന യോഗ

ഒരു സംഘം ലേഖകർ

ചിന്ത പബ്ലിഷേഴ്സ്
തിരുവനന്തപുരം-695 035

ഉള്ളടക്കം

പ്രസാധകക്കുറിപ്പ്

മനുഷ്യനെ ശാരീരികമായും മാനസികമായും ഉന്നതിയിലേക്ക് നയിക്കുന്ന ജീവിതചര്യയാണ് യോഗ. മാനസികമായ പരിമുറുക്കത്തിന് അയവു വരുത്താനുള്ള ഉപാധിയാണിത്. യോഗപരിശീലനത്തിന് അതിന്റേതായ പാരമ്പര്യവുമുണ്ട്. ഇന്ന് യോഗ സാർവ്വദേശീയമായ അംഗീകാരം നേടിയിട്ടുമുണ്ട്.

യോഗയ്ക്ക് ആശയവാദത്തിന്റെ മേമ്പൊടി ചാർത്തി ആത്മീയവാദികൾ സ്വകാര്യ സ്വത്തുപോലെ കൊണ്ടുനടന്നിരുന്നു. അതിനെ വർഗ്ഗീയവല്ക്കരിക്കാനുള്ള ശ്രമങ്ങളും വിവിധ ഭാഗങ്ങളിൽനിന്നും വരുന്നുണ്ട്.

ആശയപരമായ പുറന്തോടിനെ അവഗണിച്ച് ഏകാഗ്രമായ മനസ്സിന്റെയും ചിന്തയുടെയും വ്യാപാരത്തെ കൃത്യമായി മനസ്സിലാക്കിക്കൊണ്ടുവേണം യോഗ ശാസ്ത്രമുറകൾ അഭ്യസിക്കേണ്ടത്. ഈ ലക്ഷ്യം ഒരു ദൗത്യമായി ഏറ്റെടുത്തുകൊണ്ട് ഇന്ത്യൻ മാർഷ്യൽ ആർട്സ് അക്കാദമി & യോഗ സ്റ്റഡി സെന്ററിന്റെ ആഭിമുഖ്യത്തിലുള്ള ചേതന യോഗ അക്കാദമി യോഗപഠനമുറകൾ ശാസ്ത്രീയമായി ചിട്ടപ്പെടുത്തിയിട്ടുണ്ട്. അതിന്റെ അടിസ്ഥാനത്തിൽ തയ്യാറാക്കിയ ഒരു ലഘുഗ്രന്ഥമാണ് *ചേതന യോഗ.*

ഈ പുസ്തകം അഭിമാനത്തോടെ ഞങ്ങൾ പുറത്തിറക്കുന്നു.

ചിന്ത പബ്ലിഷേഴ്സ്

ആമുഖം

ഭാരതം ലോകത്തിന് നല്കിയ സംഭാവനയാണ് യോഗ. മനുഷ്യനെ ശാരീരികവും മാനസികവുമായി ഉന്നതിയിലേക്ക് നയിക്കാൻ യോഗ ഉപകാരപ്പെടും. തിരക്കും മത്സരവും വ്യാകുലതയും നിറഞ്ഞ ആധുനിക കാലത്ത്, മനുഷ്യന്റെ വർദ്ധിച്ചു വരുന്ന മാനസിക പിരിമുറുക്കത്തിന് അയവ് വരുത്താനും യോഗ ഉതകും. ഈ പശ്ചാത്തലത്തിൽ, ആധുനിക സമൂഹം യോഗയുടെ സാദ്ധ്യതകൾ മനസ്സിലാക്കി അതിനെ ഉപയോഗിക്കേണ്ടതുണ്ട്.

യോഗ ഇന്ന് സാർവ്വദേശീയ അംഗീകാരം നേടിവരികയാണ്. പ്രാചീന കാലം മുതൽ നിലനില്ക്കുന്ന യോഗാശാസ്ത്രം നിരവധി മാറ്റങ്ങൾക്ക് വിധേയമായി, വർത്തമാന കാലഘട്ടത്തിൽ വിപുലമായ രീതിയിൽ വളരുകയാണ്. യോഗയ്ക്ക് വിശദീകരണവും വ്യാഖ്യാനവും നല്കി നിരവധി ഗ്രന്ഥങ്ങൾ ഇന്ന് നമ്മുടെ മാർക്കറ്റുകളിൽ ലഭ്യമാണ്. ആത്മീയ വല്ക്കരണവും കച്ചവടവല്ക്കരണവും ഈ മേഖലയിൽ നടപ്പിലാക്കുന്ന നിക്ഷിപ്ത താല്പര്യക്കാരും വളരുന്നുണ്ട്. യോഗ മനുഷ്യന്റെ സർവ്വ പ്രശ്നങ്ങൾക്കും മറുമരുന്നാണെന്ന പ്രചാരണം യുക്തിപരമല്ല. അതിൽ വസ്തുതയില്ല. എന്നാൽ, യോഗയ്ക്ക് കാര്യമായ ഒരു സ്വാധീനവും മനുഷ്യനിൽ ഉണ്ടാക്കാനാവില്ലെന്ന നിലപാടും ശരിയല്ല. ഈ വാദങ്ങൾക്ക് നടുവിലാണ് യാഥാർത്ഥ്യം.

മനുഷ്യന്റെ ശാരീരികവും മാനസികവുമായ കരുത്ത് വർദ്ധിപ്പിക്കുന്നതിനും നിരവധി ശൈലീരോഗങ്ങളിൽനിന്ന് മോചനം ലഭിക്കുന്നതിനും തുടർച്ചയായി യോഗ ചെയ്യുന്നതിലൂടെ സാധിക്കും. വല്ലപ്പോഴും യോഗ ചെയ്യുന്നതുകൊണ്ട് ഉദ്ദേശിച്ച നേട്ടം ഉണ്ടാക്കാനാവില്ല. ഇത് സംബന്ധിച്ച് നീലേശ്വരത്തെ യോഗാചാര്യനായ ശ്രീ. രാമൻ മാസ്റ്റർ പറഞ്ഞ ലളിത

മായ വാചകം വളരെ പ്രസക്തമാണ്. "യോഗയ്ക്ക് ദിവസക്കൂലിയാണ്." അന്നന്ന് പണിയെടുത്താൽ അപ്പപ്പോൾ കൂലി. ഈ ഗ്രാമ്യമായ ഉദാഹരണംപോലെ അന്നന്ന് യോഗ ചെയ്താൽ ഗുണവുമുണ്ടാവും. യോഗ തുടർച്ചയായി നടക്കണം.

യോഗയെ വർഗ്ഗീയവല്ക്കരിക്കാനുള്ള ശ്രമം ചില ഭാഗങ്ങളിൽ നിന്നുണ്ടാവുന്നുണ്ട്. എന്നാൽ യോഗ മത–ജാതി, വർഗ്ഗങ്ങൾക്കൊക്കെ അതീതമായി ലോകമാകെ വ്യാപിക്കുന്നു. തീർച്ചയായും യോഗ മതനിരപേക്ഷമായ ഒന്നാണ്. രാജ്യാതിർത്തികളോ, ഭാഷയോ, ലിംഗമോ, വിശ്വാസമോ ഒന്നുംതന്നെ യോഗയ്ക്ക് തടസ്സമാവുന്നില്ല. ആർക്കും പരിശീലിക്കാൻ കഴിയുന്ന ശാസ്ത്രീയമായ പാഠ്യപദ്ധതിയാണ് യോഗ എന്നത് പൊതുവെ അംഗീകരിക്കപ്പെട്ട വസ്തുതയാണ്.

യോഗയ്ക്ക് ആശയവാദത്തിന്റെ ഉള്ളടക്കം നല്കി ആത്മീയവാദികൾ സ്വകാര്യസ്വത്ത് പോലെ കൊണ്ടുനടന്നിരുന്നു. ആ കാലം കഴിഞ്ഞു. ഇപ്പോൾ യോഗ വിശാലമായ ഈ ലോകത്തിൽ നാനാരീതിയിൽ പ്രചരിക്കുകയും പഠിക്കുകയും ജീവിതത്തിൽ പകർത്തപ്പെടുകയും ചെയ്യപ്പെടുന്നു. മതത്തിന്റെ ചട്ടക്കൂടിനകത്ത് വരിഞ്ഞുകെട്ടി, വിശ്വാസകേന്ദ്രീകൃതമായി യോഗാസന പരിശീലനങ്ങൾ നല്കുകയും അതിനെ മോക്ഷപ്രാപ്തിയുടെ സങ്കല്പങ്ങളോട് ചേർത്തുവെക്കുകയും വ്യാഖ്യാനത്തിലൂടെ അന്ധവിശ്വാസ ജഡിലമായ ധാരണകൾ വ്യാഖ്യാനിച്ചെടുക്കുകയും ചെയ്യുന്ന കാലം അവസാനിച്ചു കഴിഞ്ഞു. ഇന്ന് വിശ്വാസിക്കും അവിശ്വാസിക്കും വൈരുദ്ധ്യാത്മക ദർശനത്തെ പിൻപറ്റുന്നവർക്കും അവരവരുടെ വിശ്വാസപന്ഥാവിൽ നിന്നുകൊണ്ട്, ദാർശനിക നിലപാടുകളിൽ മാറ്റം വരുത്താതെ യോഗാഭ്യാസം പരിശീലിക്കുവാനും യോഗയുടെ ഗുണഫലങ്ങൾ അനുഭവിക്കാനും സാധിക്കും.

യോഗാഭ്യാസത്തിന്റെ തുടക്കത്തിലും ഒടുക്കത്തിലുമാണ് പ്രധാനമായും ആശയവാദ ഉള്ളടക്കങ്ങൾ കൈകാര്യം ചെയ്യപ്പെടുന്നത്. യോഗാശാസ്ത്രം മൊത്തത്തിൽ പരിശോധിക്കുമ്പോൾ അതിന്റെ പരിശീലന മുറകളിലൊന്നും ആശയവാദ ഉള്ളടക്കം കാണാൻ സാധിക്കില്ല. ആശയവാദപരമായ കൂട്ടിച്ചേർക്കലുകൾ പല ഘട്ടങ്ങളിലായി ഉൾച്ചേർക്കപ്പെട്ടതാണ്. അത് വ്യാഖ്യാനത്തിലൂടെ നിക്ഷിപ്ത താല്പര്യക്കാർ വികസിപ്പിച്ചെടുത്തതാണ്.

യോഗയെ ആശയവാദപരമായ ഉള്ളടക്കത്തോടെ കൈകാര്യം ചെയ്യുന്നുവെന്ന് മാത്രമല്ല, വർഗ്ഗീയ ധ്രുവീകരണത്തിനുള്ള ഉപകരണമായി ഉപയോഗിക്കുന്നതും നമുക്ക് കാണാനാവും. നമ്മുടെ രാജ്യത്ത് വർഗ്ഗീയതയോട് കൂട്ടുകൂടിയ ധനമൂലധന ശക്തികളുടെ ലാഭം വർദ്ധിപ്പിക്കാൻ വേണ്ടി അഷ്ടാംഗ യോഗയുടെ കർത്താവായ പതഞ്ജലി മഹർഷിയുടെ പേരുപോലും ഉപയോഗപ്പെടുത്തുന്നു. വർഗ്ഗീയതയ്ക്കും മതധ്രുവീകരണത്തിനും വേണ്ടി യോഗാശാസ്ത്രത്തെ ഉപയോഗിക്കുന്ന വർത്തമാന ഇന്ത്യൻ സാഹചര്യത്തിൽ മതനിരപേക്ഷമായ യോഗയെ വേർതിരിച്ച്

മനസ്സിലാക്കി വളർത്തിക്കൊണ്ടുവരേണ്ടത് അത്യന്താപേക്ഷിതമാണ്.

മറ്റ് വ്യായാമങ്ങളിൽനിന്ന് വ്യത്യസ്തമായി യോഗ, ഏകാഗ്രമായ മനസ്സും ചിന്തയും ശരീരവും ഏകോപിപ്പിച്ചുകൊണ്ടുള്ള കേന്ദ്രീകൃത മായ ഒരവസ്ഥ ആവശ്യപ്പെടുന്നുണ്ട്. മനസ്സും ചിന്തയുമെല്ലാം ഭൗതികേ തര പ്രപഞ്ചത്തിന്റെ ഭാഗമായാണ് നാം കാണുന്നത്. എന്നാൽ, ഇതെല്ലാം മനുഷ്യന്റെ തന്നെ ഉല്പന്നങ്ങളാണ് താനും. ആധുനിക ശാസ്ത്രം, ശരി വെച്ച ഈ കാഴ്ചപ്പാട് അനുസരിച്ച് യോഗയെ സമീപിക്കുമ്പോൾ തല നേരെ നിവർത്തി നിർത്തുന്ന പ്രക്രിയയിലൂടെ നമുക്ക് യോഗാ ശാസ്ത്രത്തെ കൂടുതൽ ഫലപ്രദമായി ഉപയോഗിക്കാനാവും. ആശയ വാദ പുറന്തോടിനെ അവഗണിച്ച് ഏകാഗ്രമായ മനസ്സിന്റെയും ചിന്തയു ടെയും വ്യാപാരത്തെ കൃത്യമായി മനസ്സിലാക്കിക്കൊണ്ടാവണം യോഗാ ശാസ്ത്രമുറകൾ പരിശീലിക്കുന്നത്. അങ്ങനെയാവണം അത് ജീവിത ത്തിന്റെ ഭാഗമാക്കി മാറ്റേണ്ടത്. ഈ ലക്ഷ്യം ഒരു ദൗത്യമായി ഏറ്റെടു ക്കേണ്ട വർത്തമാനമാണിത്.

മാർഷ്യൽ ആർട്സ് അക്കാദമിയുടെ യോഗ സ്റ്റഡിസെന്റർ നിർവ്വ ഹിക്കുന്നത് ഈ ദൗത്യമാണ്. ശാസ്ത്രീയമായ കാഴ്ചപ്പാടോടുകൂടി ആറ് മാസം നീണ്ടു നില്ക്കുന്ന യോഗ പഠനമുറകൾ പാഠ്യപദ്ധതിയുടെ ഭാഗ മായി ചിട്ടപ്പെടുത്തിയിട്ടുണ്ട്. അതിൽ പരിശീലനം നേടിയ ആയിരത്തില ധികം വരുന്ന പരിശീലകർ കേരളത്തിലുടനീളം ഈ രംഗത്ത് സജീവ മായി സേവനം നടത്തുന്നുമുണ്ട്. ഈ യോഗപഠനമുറകളുള്ളടങ്ങുന്ന ഒരു പുസ്തകം പ്രസിദ്ധീകരിക്കുകയാണെങ്കിൽ അത് സാധാരണക്കാ രായ ജനങ്ങൾക്ക് ഏറെ ഉപകാരപ്പെടും. യോഗമുറകൾ ഉള്ളടക്കമാ യുള്ള ഈ പുസ്തകത്തിലെ സിലബസ്, യോഗാചാര്യന്മാരായ കേരള ത്തിലെ പ്രമുഖരാണ് തയ്യാറാക്കിയിട്ടുള്ളത്. ഈ പുസ്തകം ജാതി-മത, വിശ്വാസി-അവിശ്വാസി ഭേദമില്ലാതെ മനസ്സിലാക്കാനും പ്രായോഗികമാ ക്കാനും പറ്റുന്ന ഒന്നാണ്. സമഗ്രമായ ഈ പാഠ്യപദ്ധതി, പ്രായഭേദമി ല്ലാതെ ആർക്കും പ്രയോജനപ്പെടുത്താവുന്നതാണ്.

ഈ പുസ്തകം മൂർത്തമായ ഒന്നാണെന്ന അവകാശമൊന്നും മുന്നോട്ടുവെക്കുന്നില്ല. ഇതൊരു പ്രവേശിക മാത്രമാണ്. ഇതിനുമപ്പുറത്ത് കൂടുതൽ ആഴത്തിലുള്ള പഠനങ്ങളും ചികിത്സാ രീതികളും പ്രത്യേകത കളോടുമുള്ള യോഗ സംവിധാനങ്ങളും കൈകാര്യം ചെയ്യപ്പെടേണ്ടതു ണ്ട്. ഭക്ഷണക്രമം പ്രകൃതിയുമായി ഇണങ്ങിയ ജീവിതം തുടങ്ങി ഇതിൽ തന്നെ അനുബന്ധങ്ങളായി നിരവധി കാര്യങ്ങൾ ഉൾപ്പെടുത്താൻ കഴി യും. കൂട്ടായ ചർച്ചകളിലൂടെയും സംവാദങ്ങളിലൂടെയും ചിട്ടപ്പെടുത്ത ലുകളിലൂടെയും അത് സാദ്ധ്യമാക്കുക തന്നെ വേണം.

പരമ്പരാഗതമായ രീതിയിലുള്ള യോഗാ പഠനക്രമം പലപ്പോഴും തല തിരിഞ്ഞുള്ള അവതരണങ്ങളാണ്. എന്നാൽ, പുതിയൊരു രീതിയിൽ യോഗാ ശാസ്ത്രത്തെ ജനങ്ങളുടെ മുന്നിൽ അവതരിപ്പിക്കാനാണ് ഈ പുസ്തകത്തിലൂടെ ശ്രമിക്കുന്നത്. പരമ്പരാഗത രീതിയിലുള്ള പഠന

ത്തിന്റെ ദുർമ്മേദസുകൾ മാറ്റിവെച്ച് തീർത്തും ശാസ്ത്രീയമായ അടി ത്തറയിൽ യോഗ കൈകാര്യം ചെയ്യാൻ സാധിക്കും. ആയിരക്കണക്കിന് ആളുകൾക്ക് ആ വിധത്തിൽ പരിശീലനം നല്കാൻ ചേതനയോഗയ്ക്ക് സാധിച്ചിട്ടുണ്ട്. ഏറെ ജനശ്രദ്ധ പിടിച്ചുപറ്റിയതാണ് ഈ പരിശീലനം. ചേതനയോഗയുടെ പാഠ്യപദ്ധതിയും അതിലെ യോഗാചാര്യർ തയ്യാറാ ക്കിയ ആഴത്തിലുള്ള നിരീക്ഷണങ്ങളും കുറിപ്പുകളുമാണ് ഈ പുസ്ത കത്തിന്റെ ഉള്ളടക്കം. ഇത് എല്ലാ മലയാളികൾക്കും ഏറെ പ്രയോജനക രമായ ഒന്നായിരിക്കുമെന്ന് ഞാൻ പ്രതീക്ഷിക്കുന്നു.

എം വി ഗോവിന്ദൻമാസ്റ്റർ

യോഗ സന്ദേശം

പ്രാചീന ഭാരത സംസ്കൃതിയുടെ ജ്ഞാനസ്രോതസ്സുകളാണ് സാംഖ്യവും യോഗവുമുൾപ്പെടുന്ന ഷഡ്ദർശനങ്ങൾ. കൂടുതലായും സാംഖ്യത്തിൽ നിന്നുരുത്തിരിഞ്ഞതാണ് യോഗം എന്ന് പൊതുവായി പറയാമെങ്കിലും കാഴ്ചപ്പാടുകളിൽ – പ്രത്യേകിച്ചും ഈശ്വരൻ എന്ന സംജ്ഞയുടെ കാര്യത്തിൽ – രണ്ടു ദർശനങ്ങളും തമ്മിൽ നേരിയ അഭി പ്രായവ്യത്യാസമുണ്ട്. ഇഹലോകത്തെ രൂപപ്പെടുത്തുന്ന 'പുരുഷൻ' എന്ന ശുദ്ധബോധവും 'പ്രകൃതി' എന്ന പദാർത്ഥവും സാംഖ്യദർശനം അടയാളപ്പെടുത്തുമ്പോൾ സാധകനെ ശുദ്ധചിത്തനാക്കി മോക്ഷപ്രാപ്തി യിലേക്കുയർത്തുന്ന 'ഈശ്വരൻ' എന്ന വിശേഷപുരുഷനെ അവതരിപ്പി ക്കുകയാണ് യോഗശാസ്ത്രം. യോഗയുടെ പ്രാമാണികഗ്രന്ഥമായി ഗണി ക്കപ്പെടുന്ന പതഞ്ജലിയുടെ യോഗസൂത്രം, ചിത്തവൃത്തികളുടെ നിരോ ധനമാണ് യോഗം എന്ന് നിർവ്വചിക്കുന്നു. ചിത്തത്തെ അതിന്റെ കെട്ടു പാടുകളിൽനിന്നും അന്തമില്ലാത്ത ആശയക്കുഴപ്പങ്ങളിൽനിന്നും മോചി പ്പിച്ച് നിർമ്മലമാക്കാനുള്ള ഉപാധിയാണ് യോഗം എന്ന് സാരം.

ഈ ശുദ്ധീകരണപ്രക്രിയ പൂർണ്ണമാകുമ്പോൾ ചിത്തവിശ്രാന്തി നേടി, അപരിമേയമായ ശുദ്ധ ബോധത്താൽ അനുഗൃഹീതനാകുന്ന യോഗി, ഐഹികജീവിതത്തിന്റെ എല്ലാ പരിമിതികളെയും ഉല്ലംഘിച്ച് വൃഷ്ടിയിൽനിന്ന് സമഷ്ടിയിലേക്കുയരുന്നു. ഇത് യോഗസാധനയുടെ ആത്യന്തിക ലക്ഷ്യമായ കൈവല്യപദമാകുന്നു. ഈയവസ്ഥയിൽ, യാതൊരു ദുഃഖമോ നൈരാശ്യമോ യോഗിയെ സ്പർശിക്കുന്നില്ല. തുടർന്ന്, അയാൾ സഹജീവികളുടെ ക്ഷേമത്തിനായി നിഷ്കാമിയും നിസ്വാർത്ഥനുമായി തന്റെ കർമ്മം തുടരുന്നു. ഇതാണ് യോഗയുടെ യഥാർത്ഥ ലക്ഷ്യപ്രാപ്തി.

ഈ ലക്ഷ്യത്തിലെത്താൻ, ക്രമപ്രകാരമുള്ള എട്ട് പടികൾ ചവിട്ടിക്കടക്കേണ്ടതുണ്ടെന്ന് യോഗസൂത്രം നമ്മെ ഓർമ്മിപ്പിക്കുന്നു. യമ, നിയമ, ആസന, പ്രാണായാമ, പ്രത്യാഹാര, ധാരണ ധ്യാനസമാധികളാകുന്നു ആ എട്ട് പടികൾ. ഇതാണ് അഷ്ടാംഗമാർഗ്ഗം. കർശനമായും പാലിക്കേണ്ടുന്ന നിബന്ധനകളാണ് യമനിയമങ്ങൾ. അതിന്റെ സാരാംശമിത്രമാത്രം. എല്ലാ ജീവജാലങ്ങളോടും അഹിംസാത്മകമായ സമീപനം വേണം. മിതാഹാരം ശീലിക്കണം. ലളിതമായി ജീവിക്കണം.

തുടർന്നുവരുന്നത്. ആസനങ്ങൾ, പ്രാണനെ ക്രമപ്പെടുത്തുന്ന പ്രാണായാമം ഇന്ദ്രിയങ്ങളെ സ്വേച്ഛാപ്രകാരം നിയന്ത്രിച്ചുനിർത്താനുള്ള ശേഷി നല്കുന്ന പ്രത്യാഹാരം ഏകബിന്ദുവിൽ ശ്രദ്ധ കേന്ദ്രീകരിക്കാൻ പര്യാപ്തമാക്കുന്ന ധാരണ, അതിൽത്തന്നെ വിലയംകൊള്ളുന്ന ധ്യാനം, മനസ്സിനെ അതിന്റെ എല്ലാ കൊളുത്തുകളിൽനിന്നും വിടുവിക്കുന്ന സമാധി. ഇതോടെ പടികൾ എട്ടും പൂർണ്ണമാകുന്നു.

ആസനമെന്നത് സ്ഥിരവും സുഖവുമായ ഇരിപ്പാകുന്നു. ജിംനാസ്റ്റിക്സ് വ്യായാമങ്ങളോട് ഇതിന് നേരിയ സാദൃശ്യമുണ്ട്. ഇത് ലക്ഷ്യമിടുന്നത് വെറും കായികക്ഷമത മാത്രമല്ല. ഇത് അന്തഃസ്രാവിഗ്രന്ഥിയെ പ്രവർത്തനക്ഷമവും ഊർജ്ജസ്വലവുമാക്കുന്നു. ഈ ഗ്രന്ഥിയുടെ സുഗമമായ പ്രവർത്തനം ശരീരത്തിലെ ചംക്രമണവ്യവസ്ഥയെയും മനസ്സിനെയും ക്രമപ്പെടുത്തുന്നു. മനസ്സിന്റെ ശാന്തിക്ക് ഈ ക്രമപ്പെടുത്തൽ അനിവാര്യമാണ്.

പ്രാണവായുവിനെ യഥാനുസരണം ശരീരഭാഗങ്ങളിലെത്തിക്കാനും മനസ്സിനെ ധ്യാനാത്മകമാക്കാനും പ്രാണായാമം വഴിയൊരുക്കുന്നു.

സ്വാഭാവികമായും ഒരു ചോദ്യമുയരാം. ഈശ്വരവിശ്വാസമില്ലാത്ത വർക്കും സന്ദേഹികൾക്കും യോഗാഭ്യാസം പരിശീലിക്കാനാകുമോ? ആകും എന്നാണുത്തരം. യോഗാദർശനം, അത് രൂപം പ്രാപിച്ചതായി കണക്കാക്കുന്ന സാംഖ്യാദർശനത്തിൽനിന്ന് അല്പം വ്യതിചലിച്ച് 'ഈശ്വരൻ' എന്ന 'വിശേഷ പുരുഷ' സങ്കല്പത്തെ മുറുകെപ്പിടിക്കുന്നുവെങ്കിലും പണ്ടുകാലം മുതലേ, ആ സങ്കല്പത്തോട് വിയോജിപ്പുള്ളവരും യോഗയുടെ ഗുണഭോക്താക്കളാകുന്നതായിട്ടാണ് കണ്ടുവരുന്നത്. ഇന്നും അത് മാറ്റമില്ലാതെ തുടരുന്നു. സ്രഷ്ടാവായ ദൈവമെന്ന സങ്കല്പത്തെ പാടേ നിരാകരിക്കുന്ന ജൈനന്മാരാണ് ഏറ്റവും നല്ല യോഗസാധകരായി അറിയപ്പെടുന്നത്.

യഥാർത്ഥത്തിൽ ജൈനമതവിശ്വാസത്തിന്റെ അന്തർധാര തന്നെ ഈ യോഗാത്മകതയാണ്. യോഗാത്മകതയുടെ കാര്യത്തിൽ ജൈനന്മാരിൽനിന്ന് ഒട്ടും ഭിന്നരല്ല ബൗദ്ധർ. ബുദ്ധമതഗ്രന്ഥങ്ങളിലൊരിടത്തും എത്ര തപ്പിയാലും ഈശ്വരനെക്കുറിച്ചുള്ള ഒരു പരാമർശവും കണ്ടെത്താനാവില്ല. എന്നിട്ടും ക്ലാസിക് യോഗാസനങ്ങളിലൊന്നായി കണക്കാക്കപ്പെടുന്ന പത്മാസനം ഇന്ന് പരക്കെ അറിയപ്പെടുന്നത് ബുദ്ധന്റെ ആസനം എന്ന പേരിലാണ്.

ആസ്തികർക്കും, നാസ്തികർക്കും സന്ദേഹികൾക്കും ഒരുപോലെ യോഗ പരിശീലിക്കാവുന്നതാണ്. യമനിയമങ്ങൾ കൃത്യമായി പാലിച്ച് യോഗ പരിശീലിക്കുന്ന ഏതൊരാൾക്കും അതിന്റെ ഗുണഫലം ലഭിക്കുക തന്നെ ചെയ്യും. മനസ്സിനെ സുസ്ഥിരവും പ്രശാന്തവുമാക്കി, ക്രിയാത്മ കവും സാമൂഹ്യക്ഷേമപരവുമായ പ്രവർത്തനങ്ങളിലേക്ക് കൂടുതൽ ശ്രദ്ധ കേന്ദ്രീകരിക്കാനും അതിൽ വിജയം കൈവരിക്കാനുമുള്ള പ്രക്രിയയിൽ ചാലകശക്തിയാകാൻ സ്ഥിരമായ യോഗ പരിശീലനത്തിനു കഴിയും എന്നാണ് അനുഭവം.

ശ്രീ. എം
(മുംതാസ് അലി)

യോഗയും കായിക വിദ്യാഭ്യാസവും

അഡ്വ. ബാലചന്ദ്രൻ ബി

പ്രസിഡന്റ് ചേതന യോഗ സംസ്ഥാനകമ്മിറ്റി

മനുഷ്യശരീരത്തിന്റെ ആരോഗ്യം എന്നത് കാർഡിയോവാസ്കുലാർ ശേഷിയും, മസിലുകളുടെ കരുത്തും, മസിലുകൾക്ക് ദീർഘനേരം പ്രവർത്തിക്കാനുള്ള ക്ഷമത അഥവാ സ്റ്റാമിനയും, ശരീരത്തിന്റെ വഴക്കം, ശരീരത്തിന്റെ സൗന്ദര്യമാർന്ന ഘടന എന്നിവയാണ്. 25 വയസ്സു ള്ളയാൾക്കും 75 വയസ്സുള്ളവർക്കും ഒരേ വ്യായാമപദ്ധതി നിർദ്ദേശിക്കാ നാവില്ലല്ലോ, വ്യായാമങ്ങളെ പൊതുവെ ശ്വാസന സഹായ വ്യായാമങ്ങൾ എന്നും ശ്വസനനിയന്ത്രണ വ്യായാമങ്ങൾ എന്നും രണ്ടായിതിരിക്കാം. ഓട്ടം, സൈക്കിളിങ്, നീന്തൽ, നൃത്തം തുടങ്ങിയവയൊക്കെ ശ്വസന സഹായവ്യായാമങ്ങൾ അഥവാ എയറോബിക് വ്യായാമങ്ങളാണ്. ഈ വ്യായാമങ്ങൾ ചെയ്യുന്ന സമയത്ത് ശ്വാസോച്ഛ്വാസം കൂടുകയേ ചെയ്യൂ. ശ്വാസം പിടിച്ച് ചെയ്യുന്ന ഭാരം പൊക്കൽ, വെയിറ്റ് ട്രെയിനിങ്, പുഷ് അപ്, പുൾ അപ് തുടങ്ങിയവയൊക്കെ ശ്വസന നിയന്ത്രണ വ്യായാമ ങ്ങൾ അഥവാ അനെയറോബിക് വ്യായാമങ്ങളാണ്. മസിലുകൾ പെരു പ്പിച്ച് ശരീരപ്രദർശനങ്ങൾക്ക് ഒരുക്കുന്ന ഒരു മത്സരയിനം മാത്രമാണ് ബോഡി ബിൽഡിങ്, അത് മിക്കപ്പോഴും ആരോഗ്യകരമല്ല. മസിലുകൾക്ക് അമിതായാസം നല്കി അവയെ വലുതാക്കുകയാണ് ബോഡി ബിൽഡി ങ്ങിൽ ചെയ്യുന്നത്. മസിലുകൾ പ്രകടമാവുന്നതിനായി പ്രോട്ടീൻ പൗഡർ, ക്രിയാറ്റിനിൻ പൗഡർ തുടങ്ങിയവ കഴിക്കുന്നതും ബോഡി ബിൽഡർമാ രുടെ രീതിയാണ്. ഇവ ആരോഗ്യജീവിതത്തെ പ്രതികൂലമായി ബാധി ക്കാനിടയുണ്ട്. ബോഡി ബിൽഡർമാർ മസിൽ വലുതാക്കുകയും ദൃഢ മാക്കുകയും ചെയ്യുന്ന വ്യായാമങ്ങൾക്ക് അമിതപ്രാധാന്യം നല്കുകയും എയറോബിക് വ്യായാമങ്ങൾ, ഫ്ളെക്സിബിലിറ്റി വ്യായാമങ്ങൾ തുട ങ്ങിയവയെ അവഗണിക്കുകയുമാണ് പതിവ്. കൗമാരത്തിലേക്കു

കടക്കുന്ന ആൺകുട്ടികളാണ് മുമ്പ് ജിംനേഷ്യങ്ങളിലേക്ക് പോകാറുണ്ടാ
യിരുന്നത്. മസിൽ പെരുപ്പിച്ച് ആണത്തത്തിന്റെ ഭാവങ്ങൾ പ്രകടിപ്പിക്കാ
നുള്ള ത്വരയാണ് ഇവരെ ജിംനേഷ്യങ്ങളിലേക്ക് ആകർഷിച്ചിരുന്നത്.

വ്യായാമത്തിനുവേണ്ടി പ്രത്യേകിച്ച് സമയം കണ്ടെത്താൻ കഴിയാ
ത്തവർക്ക് പോലും യോഗ ചെയ്യാൻ കഴിയും. ജോലിയുടെ ഇടനേരങ്ങ
ളിൽത്തന്നെ ലഘു വ്യായാമത്തിനുള്ള അവസരങ്ങളിൽ യോഗ വളരെ
ഫലപ്രദമാണ്. ഓഫീസുകളിലും മറ്റും ഒരേ ഇരിപ്പിലിരുന്ന് ജോലി
ചെയ്യേണ്ടി വരുന്നവർക്കാണ് ഇത് ഫലപ്രദമാകുന്നത്. ഇങ്ങനെ ചെയ്യാ
വുന്ന ഏറ്റവും നല്ല വ്യായാമ രീതികളിലൊന്നാണ് ലഘുയോഗ. ഏതു
യന്ത്രം പ്രവർത്തിക്കുവാനും ഊർജ്ജം ആവശ്യമാണ്. അതുപോലെ മനു
ഷ്യശരീരമെന്ന യന്ത്രത്തിനും പ്രവർത്തിക്കാൻ ഊർജ്ജംകൂടിയേതീരൂ.
ഈ ഊർജ്ജം നല്കുന്നത് നാം കഴിക്കുന്ന ആഹാരമാണ്. ഇതിനുപു
റമേ ശരീരത്തിന്റെ വളർച്ചയ്ക്കും (വിശിഷ്യാ യൗവന പ്രാപ്തിവരെ)
ശരീരത്തിനാവശ്യമായ എൻസൈമുകൾ, ഹോർമോണുകൾ എന്നിവ
യെല്ലാം ഉണ്ടാക്കുന്നതിനും ആഹാരം (പ്രത്യേകിച്ച് പ്രോട്ടീനുകൾ) ആവ
ശ്യമാണ്. ദൈനംദിന പ്രവർത്തനത്തിൽ കലകൾക്കുണ്ടാകുന്ന തേയ്മാ
നങ്ങളും അറ്റകുറ്റങ്ങളും ശരിപ്പെടുത്താനുള്ള അവശ്യവസ്തുക്കൾ സൃഷ്ടി
ക്കാനും ആഹാരം അത്യാവശ്യമാണ്. അതുകൊണ്ട് തന്നെയാണ് ഋഷി
വര്യന്മാർ 'അന്നം ബ്രഹ്മഃ' എന്നു പറഞ്ഞതും, ഈ ഊർജ്ജം ശരീരം
ആവശ്യപ്പെടുന്നതിൽ കൂടുതൽ നല്കുമ്പോൾ ആണ് പേശികൾ, എല്ല്,
കൊഴുപ്പ്, ജലം എന്നിവയിൽ കേന്ദ്രീകരിച്ച് ശരീരത്തിനാവശ്യമുള്ളതി
ലധികം ഭാരമുണ്ടാകുന്ന അവസ്ഥ ഉണ്ടാകുന്നത്. അത് ഭക്ഷണം കഴി
ക്കാതെ പട്ടിണി കിടന്നതുകൊണ്ടോ? അധികം വ്യായാമം ചെയ്തതു
കൊണ്ടോ കത്തിച്ചു കളയാം എന്നത് ഒരു മോഹം മാത്രമാണ്, അതിനു
മാനസിക നിയന്ത്രണത്തോടെയുള്ള ചിട്ടയായ പ്രവർത്തനം ആവശ്യ
മാണ്. ഊർജ്ജസന്തുലനമില്ലായ്മയാണ് അമിതഭാരവും പൊണ്ണത്തടിയും
ഉണ്ടാകാനുള്ള പ്രധാന കാരണം. ഭക്ഷണത്തിൽനിന്നും പാനീയ
ങ്ങളിൽനിന്നും ശരീരത്തിന് കിട്ടുന്ന കലോറിയും ദഹനം, ശ്വസനം, മറ്റ്
ശാരീരികപ്രവർത്തനങ്ങൾ ഇവയ്ക്ക് ശരീരം ചെലവഴിക്കുന്ന കലോറിയും
തമ്മിലുള്ള സന്തുലനമില്ലായ്മയാണ് പ്രശ്നം. ശരീരത്തിൽ കലോറിയെ
ത്തുന്നത് കൂടുതലും ചെലവാകുന്നത് കുറച്ചുമാകുമ്പോൾ അമിതഭാരവും
കൊഴുപ്പിന്റെ സാന്നിദ്ധ്യവും വർദ്ധിക്കുന്നു. അതുമൂലം രോഗങ്ങൾ ഉണ്ടാ
കുന്നു.

ശരീരത്തിലെ നാഡീവ്യവസ്ഥയുടെ കേന്ദ്രമാണല്ലോ മസ്തിഷ്കം.
നാഡീയ ആവേഗങ്ങളെ ഒരു നാഡി കോശത്തിൽനിന്ന് അടുത്തതിലേക്ക്
കൈമാറുന്ന വിടവുകളെ സിനാപ്സ് എന്നു വിളിക്കുന്നു. മസ്തിഷ്കം
ഉപയോഗിക്കുന്ന ഊർജ്ജത്തിന്റെ 80 ശതമാനവും സിനാപ്സിന്റെ
പ്രവർത്തനത്തിനാണത്രെ. മറ്റ് വ്യായാമങ്ങൾമൂലമുണ്ടാകുന്ന ഊർജ്ജ
നഷ്ടവും സിനാപ്സിസ്മൂലമുണ്ടാകുന്ന നഷ്ടവും ശരീരത്തിന് താങ്ങാ

നാകാതെ തളർന്നു പോകുന്ന അവസ്ഥയിൽ യോഗ അതിലുപരി ശ്രേഷ്ഠമാണെങ്കിലും ഊർജ്ജനഷ്ടം ഉണ്ടാക്കുന്നില്ല. അതുകൊണ്ട് മറ്റ് വ്യായാമങ്ങൾ കഴിയുമ്പോൾ ക്ഷീണവും തളർച്ചയും ഉണ്ടാകുന്നതു പോലെ യോഗാനന്തരം ഉണ്ടാകുന്നില്ല എന്നു മാത്രമല്ല കൂടുതൽ ഉന്മേ ഷവാനായി കാണാം. ഉറക്കക്കുറവ് മൂലമുണ്ടായ പ്രശ്നങ്ങളെയെല്ലാം പരിഹരിക്കാൻ, മസ്തിഷ്കത്തെ സഹായിക്കുന്ന തന്മാത്ര ആയ അഡി നോസിന് സ്വീകാരി (adenosine receptor) കൂടുതൽ കാര്യക്ഷമം ആകാൻ യോഗാ പരിശീലനംകൊണ്ട് സാധിക്കും അതുമാത്രമല്ല മസ്തി ഷ്കത്തിന്റെ ഓർമ്മശക്തിയും ശ്രദ്ധയും നിയന്ത്രണ ഏകോപന പ്രവർത്തനങ്ങളും പൂർവ്വസ്ഥിതിയിലാക്കാനും മസ്തിഷ്കത്തിലെ നാഡീയ ആവേഗങ്ങളുടെ ത്വരണത്തിനും ഈ തന്മാത്രയുടെ പ്രവർത്തനം സഹായിക്കുമത്രേ. അതുകൊണ്ട് വിദ്യാർത്ഥികൾക്ക് മറ്റ് വ്യായാമങ്ങളേക്കാൾ പ്രയോജനം ചെയ്യുന്നത് യോഗയാണ്.

യോഗവിദ്യക്ക് വളരെയധികം പ്രാധാന്യം കിട്ടിക്കൊണ്ടിരിക്കുന്ന കാലഘട്ടമാണ് ഇത്. കാരണം, മറ്റു വ്യായാമങ്ങളെ അപേക്ഷിച്ച് ഏറെ സൗകര്യപ്രദമാണ് യോഗ. നടത്തത്തിനും ഓട്ടത്തിനുമൊക്കെ പുറത്തു പോകണം. മൈതാനമോ കടലോരമോ ഉദ്യാനമോ ഉണ്ടാവണം. അതിനു തക്കവേഷം അണിയണം. മഴയോ മഞ്ഞോ ഒക്കെയാണെങ്കിൽ 'ഇന്നു തല്ക്കാലം വ്യായാമം വേണ്ട' എന്നു മടിപിടിച്ചിരിക്കാനും സാദ്ധ്യത കൂടു തൽ. ഈവക പ്രശ്നങ്ങളൊന്നും യോഗാ പരിശീലനത്തിന് തടസ്സം ഉണ്ടാ ക്കുന്നില്ല. കിടപ്പുമുറിയിൽ വച്ചുപോലും ചെയ്യാനാവും. മലമുകളിലെ വീട്ടിലെ ഫ്ളാറ്റിലോ ലോഡ്ജിലോ മറ്റോ താമസിക്കുന്നവർക്കും യോഗ ചെയ്യാം. മറ്റസുഖങ്ങൾക്ക് മരുന്നു കഴിക്കുന്നവർക്കും ചെറിയ പ്രശ്ന ങ്ങൾമൂലം ഇതര വ്യായാമങ്ങൾക്കൊന്നും കഴിയാത്തവർക്കുമെല്ലാം യോഗ ചെയ്യാം.

യോഗയും സംരക്ഷിത ഭക്ഷണവും

ഡോ. ഇ രാജീവ്

പരസ്പരബന്ധിതവും ആശ്രിതവു മായ ഈ പ്രപഞ്ചത്തിൽ ഒന്നിനെ മറ്റൊ ന്നിൽനിന്നും അടർത്തി മാറ്റിയാൽ അവ യൊന്നും നിലനില്ക്കില്ല ആരോഗ്യത്തോ ടെയുള്ള ജീവിതം നിർവ്വചിക്കുമ്പോൾ ആ ജീവിതത്തെ ഒട്ടിച്ചേർന്നു പരിപോഷിപ്പി ക്കുന്ന ഒട്ടേറെ ഘടകങ്ങളെ പരിഗണിക്കേ ണ്ടതായി വരും. യോഗയും സംരക്ഷിത ഭക്ഷണവും ഇതിൽ പ്രധാനമാണ്. പുരാ തനമായ വൈദ്യശാസ്ത്രവും നൂതന വൈദ്യശാസ്ത്രവും. സമന്വയിക്കുന്ന അതിനൂതന ശാസ്ത്രമായി വേണം യോഗയെ ഇന്നു നാം കാണേണ്ടത്. യോഗ യെന്നാൽ അവനവനോടും, സഹജീവിക ളോടും നമ്മുടെ പ്രകൃതിയോടും ഐക്യപ്പെട്ടുള്ള സ്നേഹാധിഷ്ഠിത മായ ജീവിതമാണ്. യോഗയിലെ ഒരു ഭാഗം മാത്രമെടുത്തുള്ള ശാരീരി കാഭ്യാസം ആയി ചുരുക്കുകയാണ് പലരും ഇന്ന് ചെയ്യുന്നത്. യോഗ യിലെ ഏറ്റവും പ്രാധാന്യം കല്പിക്കപ്പെടുന്ന ഭാഗം 'യമ-നിയമങ്ങൾ' ആണ്. അത് അവനവൻ ജീവിക്കുന്ന ചുറ്റുപാടുള്ള പ്രകൃതിയെ അനു സരിച്ച് ജീവിക്കാൻ ആവശ്യപ്പെടുന്ന പ്രകൃതി നിയമങ്ങൾ ആണ്. പ്രകൃ തിയുടെ നിയമങ്ങൾ ലംഘിക്കാതെ ജീവിക്കാനാണ് യോഗ ആവശ്യപ്പെ ടുന്നത്.

ഇന്നത്തെ സാമൂഹ്യ പശ്ചാത്തലത്തിൽ മനസ്സും ശരീരവും ശുദ്ധി

യോടെ കൊണ്ടുനടക്കുക എന്നത് ക്ലേശകരമായതും അത്ര എളുപ്പം നട ക്കാവുന്ന കാര്യവുമല്ല. മനസ്സും ശരീരവും ശുദ്ധീകരിച്ചു രോഗ വിമുക്ത മായ നവജാത കോശങ്ങളെ സൃഷ്ടിക്കുകയെന്നതാണ് ഇന്നത്തെ ആരോഗ്യപ്രവർത്തകർ നേരിടുന്ന പ്രധാന വെല്ലുവിളി. ഈ വെല്ലുവിളി സധൈര്യം നേരിടാൻ യോഗയ്ക്ക് മാത്രമേ കഴിയുന്നുള്ളൂ. ആന്തരികവും ബാഹ്യവും ആയ ശരീരം യോഗയിലൂടെ ശുദ്ധി വരുത്തിയപ്പോൾ ആണ് ഭാരത്തിലെ മഹർഷിമാർ വേദങ്ങളും ശ്രുതികളും സ്മൃതികളും ആയി അനേകായിരം പ്രപഞ്ചസത്യങ്ങൾ അടങ്ങുന്ന അറിവുകൾ നേടിയത്. യോഗാത്മകമായ അതെ ജീവിതചര്യ ആണ് അവർ നമുക്കായി പ്രദാനം ചെയ്തതും പിന്തുടരാൻ ഉപദേശിക്കുന്നതും. എന്നാൽ നാം ഇന്നു ആധു നികത പിന്തുടരുന്നു. തന്മൂലം രോഗങ്ങൾകൊണ്ട് വലയുന്നു. ഓരോ മനുഷ്യനും സ്വാർത്ഥ ചിന്തയാൽ അവന്റെ ശരീരത്തിലേക്കും കുടുംബ ത്തിലേക്കും മാത്രമായി ചുരുങ്ങുന്നു. എങ്ങനെയും പണം ഉണ്ടാക്കുക എന്ന ഒറ്റ ലക്ഷ്യത്തിലേക്ക് മാത്രം ഊന്നി സ്വന്തം ആരോഗ്യം പോലും മറന്നു പ്രവർത്തിക്കുന്നു. അതുമൂലം ഇന്നു നമ്മുടെ നാട് ലോകത്തെ എല്ലാ സാംക്രമിക രോഗങ്ങളുടെയും ജീവിത ശൈലീ രോഗങ്ങളുടെയും മനോ ജന്യ രോഗങ്ങളുടെയും വിളഭൂമിയാണ്.

ഓരോ നാല്ക്കവലയിലും ഓരോ ഹോസ്പിറ്റലുകൾ എന്ന ലക്ഷ്യം നേടാൻ നമുക്ക് അധികകാലം വേണ്ട. ഏറ്റവും ലാഭമുള്ള കച്ചവടം, ഓരോ സമുദായങ്ങളും, മതങ്ങളും കോടിക്കണക്കിനു രൂപയാണ് മുതൽമുടക്കി ആരോഗ്യരംഗം വ്യവസായവല്ക്കരിക്കുന്നത്. ഇതിനൊരു പ്രതിവിധി നമ്മുടെ പാരമ്പര്യത്തിലേക്ക് തിരിച്ചു പോവുക എന്നുള്ളതാ ണ്. ആധുനിക മരുന്നുകൾ രോഗം മാറ്റില്ല രോഗലക്ഷണം മാത്രമേ മാറ്റൂ. എന്നിട്ട് ആ മരുന്നുകൾ ഉള്ളിൽ ചെന്ന് പുതിയ മറ്റൊരു രോഗം നമുക്ക് സമ്മാനിക്കുന്നു. രോഗപ്രതിരോധം നിലനിർത്തുന്നതിനും ഒരു പാർശ്വ ഫലവും ഇല്ലാതെ രോഗം നിർമ്മാർജ്ജനം ചെയ്യാനും പൂർണ്ണ ആരോഗ്യം പ്രദാനംചെയ്യാനും യോഗയ്ക്ക് മാത്രമേ കഴിയൂ. അതുകൊണ്ടാണ് യോഗയ്ക്ക് ഇന്നു പ്രസക്തി കൂടിക്കൂടി വരുന്നത്, യോഗ മാത്രമാണ് സമ്പൂർണ്ണ ആരോഗ്യം നമുക്ക് നല്കുന്നത്.

എങ്ങനെ എന്തുതരം ഭക്ഷണം കഴിക്കണം

സ്വതന്ത്ര റാഡിക്കലുകളെ ചെറുക്കാൻ ആന്റി ഓക്സിഡെന്റുക ളാൽ സമൃദ്ധമായ ആഹാരമാണ് കഴിക്കേണ്ടത്. ഇത് പി എച്ചിനെ ക്രമീ കരിക്കുകയും പി എച്ചി നെ സമതുലിതാവസ്ഥയിൽ നിലനിർത്തുകയും ചെയ്യും. ശരീരത്തിൽ 80% ക്ഷാരവും 20% അമ്ലവും ആണുള്ളത്. ഈ അവസ്ഥയിൽ മാറ്റം വരരുത്; അതായത് നാം കഴിക്കുന്ന ഭക്ഷണക്രമം ഈ രീതിയിൽ ആയിരിക്കണം. ഇനി 20% അമ്ലരസം നിലനിർത്താൻ അമ്ലപ്രധാന ഭക്ഷണം കഴിക്കണമെന്ന് നിർബ്ബന്ധമില്ല. കാരണം, ഇത് ക്ഷാര ഭക്ഷണത്തിന്റെ ഉപോല്പന്നം ആണ്. പ്രകൃതി എല്ലാ ജീവജാല

ങ്ങൾക്കും നല്കുന്നതും ക്ഷാര പ്രധാനം ആയ പച്ചയായ ഭക്ഷണം (വേ വിക്കാത്തത്) തന്നെയാണ്. എന്നാൽ മനുഷ്യൻ അത് രുചിക്കും സൂക്ഷി ക്കുന്നതിനും വേവിക്കുമ്പോൾ അതിന്റെ പി എച്ച് മൂല്യം 7.4 ആയി കുറ യുന്നു. ഇതാണ് നമുക്ക് രോഗം ഉണ്ടാക്കുന്നത്. ശാസ്ത്രവും ഇതുത ന്നെയാണ് പറയുന്നത്. വേവിക്കുമ്പോൾ ഭക്ഷണത്തിന്റെ 87% പോഷ ണവും നഷ്ടപ്പെടുന്നു. അരിയാഹാരം കുറച്ച് ചോളവും മുതിരയും കൂടു തലായി ഭക്ഷണത്തിൽ ഉൾപ്പെടുത്തുക. ഒരു ദിവസം ഒരു നേരമെങ്കിലും വേവിക്കാത്ത ഭക്ഷണം ശീലമാക്കിയാൽ അത്രയും 'മോഡേൺ മെഡി സിൻ' ഒഴിവാക്കാം. അതുമൂലം ഉണ്ടാകുന്ന രോഗങ്ങളും.

പ്രകൃതിയെ വെല്ലുവിളിച്ചുള്ള ജീവിതമാണ് മനുഷ്യന്റേത്. പ്രകൃ തിയോടൊത്ത് മറ്റ് ജീവജാലങ്ങൾ അവയുടെ ജീവിതം ജീവിച്ചു തീർക്കു മ്പോൾ മനുഷ്യൻ അതിനെ വെല്ലുവിളിച്ച് എവിടെയൊക്കെ ലംഘിക്കാമോ അവിടെ നിർബ്ബാധം ലംഘിച്ചു ജീവിക്കുന്നു. വിശന്നാൽ മാത്രമാണ് എല്ലാ ജീവജാലങ്ങളും ഭക്ഷിക്കുന്നത്. സമയക്രമം അനുസരിച്ച് വിശന്നില്ലെ ങ്കിലും മനുഷ്യൻ ഭക്ഷിക്കും അത് ദഹനത്തിന്/ ആഗീകരണത്തിന് സമയം ലഭ്യമല്ലാതെ ഭക്ഷണം ദഹിക്കാതെ സമ്മർദ്ദ ഫലമായി പുറന്തള്ളുന്നു. ഈ അവസ്ഥ അനേകം രോഗങ്ങൾക്ക് കാരണം ആകും. അതുകൊണ്ടാണ് നമ്മുടെ പഴമക്കാർ 'വിശന്നു ഉണ്ണണം. കൊതിച്ചു ഉണ്ണണം.' എന്ന് പറഞ്ഞത്. ചവച്ചരച്ചു കഴിക്കണം. അതും ഒരു പ്രകൃതി നിയമമാണ്. നമ്മുടെ ഭക്ഷണം ദഹിച്ചാൽ മാത്രമേ ശരീരത്തിന് അതുകൊണ്ട് ഉപയോഗം ഉണ്ടാകൂ. ഭക്ഷണത്തിന്റെ ആദ്യ ദഹനം നട ക്കുന്നത് വായിൽ വെച്ചാണ്. 'ടയാലിൻ' എന്ന ദഹനരസം നന്നായി ഭക്ഷ ണവുമായി ഇഴുകി ചേർന്ന് 'മാൾടോസ്' ആയി വായിൽവെച്ചു ആദ്യദ ഹനം നടക്കണം. അല്ലാതെ ഉള്ളിലേക്ക് ചെല്ലുന്നത് രോഗങ്ങൾക്ക് കാരണം ആകുന്നു. 'ആഹാരം കുടിക്കേണം. വെള്ളം തിന്നണം.' എന്നാണ് നമ്മുടെ പഴമക്കാർ നമ്മോട് പറഞ്ഞുതരുന്നത്. അതുപോലെ പ്രധാനം ആണ് വെള്ളം ധാരാളം കുടിക്കാമെങ്കിലും അത് ഭക്ഷണത്തോ ടൊപ്പം അല്ല പകരം അതിന് അര മണിക്കൂർ മുമ്പോ, അതല്ലെങ്കിൽ അതിനുശേഷമോ ആവാം. കാരണം ദഹനരസം ജലവുമായി ചേർന്ന് നേർത്ത് പോയാൽ ഭക്ഷണം പൂർണ്ണമായി ദഹിക്കാൻ സമയം എടുക്കും. അഥവാ പൂർണ്ണമായി ദഹിക്കാതെ പുറത്തേക്ക് പോകുന്നത് ഭക്ഷണം കൊണ്ടുള്ള ഗുണം നഷ്ടമാക്കും അതുപോലെ 'ഗ്യാസ് ട്രബിൾ' എന്ന രോഗവും മലബന്ധവും ഉണ്ടാകുകയും ചെയ്യും. മലബന്ധം മറ്റ് ഒരു പാട് രോഗങ്ങൾക്ക് കാരണം ആകുന്നുണ്ട്.

വിറ്റാമിൻ സിയുടെ കലവറയും പ്രോട്ടീൻ, വിറ്റാമിൻ ബി, കാത്സ്യം, അയൺ, അന്നജം, പ്രോട്ടീൻ എന്നിവ ധാരാളം അടങ്ങിയതുമാണ് നെല്ലിക്ക. ശരീര ശുദ്ധി വരുത്താനുള്ള ഒന്നാന്തരം വിരേചന ഭക്ഷണ മാണ് അത് എന്ന് അറിയാവുന്നവർ നമുക്കിടയിൽ വളരെ വിരളമാണ്. നെല്ലിക്ക ജ്യൂസ് രാവിലെ വെറും വയറ്റിൽ കഴിച്ചാൽ ദഹന ശക്തി കൂട്ടു

കമാത്രമല്ല ശരീരത്തിൽ ഉള്ള മുഴുവൻ മാലിന്യവും പുറത്ത് കളയുകയും ഉദര മൂല വ്യാധികൾ വിട്ടകലുകയും ചെയ്യും. നമ്മുടെ ശരീരത്തിൽ അടിഞ്ഞു കൂടിയ പല രാസ മാലിന്യങ്ങളും പുറത്ത് കളയാൻ നെല്ലിക്കയ്ക്ക് കഴിയും. അതോടൊപ്പം ബുദ്ധിശക്തി വർദ്ധിപ്പിക്കുകയും ചെയ്യും.

മലയാളിയുടെ ഭക്ഷണം രാസ മാലിന്യങ്ങൾ

രാവിലെ ഉണരുന്നതുമുതൽ രാത്രി ഉറങ്ങുന്നതുവരെ നാം ഉപയോഗിക്കുന്ന രാസ സംയുക്തങ്ങൾ ഏതൊക്കെയെന്നു പരിശോധിക്കാം. ഉമിക്കരിയും ഉപ്പും കുരുമുളകും ഉപയോഗിച്ചു പല്ല് അമർത്തി തേച്ചിരുന്ന ആർക്കും ഒരു പല്ലിനും ചെറുപ്പത്തിൽ തന്നെ കമ്പിയിടേണ്ടതായോ മറ്റ് കേടുകളോ ഉണ്ടായിരുന്നില്ല. അതുപോലെ ഈർക്കിൽ ഉപയോഗിച്ച് നാക്ക് വടിക്കുമ്പോൾ സ്റ്റീൽ ഉപയോഗിച്ച് വടിക്കുമ്പോൾ പോകുന്നത്രയും രുചി മുകുളങ്ങൾ പോകാതിരിക്കുകയും എന്തിന്റെയും രുചി വ്യക്തത അന്നുള്ള തലമുറയ്ക്ക് ലഭിക്കുകയും ചെയ്തിരുന്നു. പേസ്റ്റിൽ ഉപയോഗിക്കുന്ന രാസ സംയുക്തങ്ങൾ കാലക്രമേണ പല്ലിനെ ക്ഷയിപ്പിക്കുന്ന താണ്. അതുകൊണ്ടാണ് ഗ്രാമങ്ങളിൽ വരെ ദന്ത-ആശുപത്രികൾ മുളച്ചു പൊങ്ങുന്നത്. അതുപോലെ പാത്രം കഴുകാൻ ഉപയോഗിക്കുന്ന രാസ സംയുക്തങ്ങൾ ഭക്ഷണത്തിന്റെ കൂടെ ഉള്ളിലെത്തുന്നു. സോഡിയം നൈട്രേറ്റ് (മാംസത്തിനു തിളങ്ങുന്ന ചുവപ്പ് നിറം നൽകാൻ സഹായിക്കുന്നു) ട്രാൻസ് ഫാറ്റ് (ബിസ്കറ്റ്, ചിപ്സ്) ചൈനീസ് ഉപ്പ് എന്നറിയപ്പെടുന്ന അജിനോ മോട്ടോ (ഫാസ്റ്റ് ഫുഡ് കടകളിൽ രുചിക്ക് വേണ്ടി ഉപയോഗിക്കുന്നു). ഒലോവ്സ്ട്ര (വ്യാജ കൊഴുപ്പ്), പ്രോപയിൽ ഗലേറ്റ് (സസ്യ എണ്ണകൾ, ച്യൂയിംഗം) പൊട്ടാസിയം ബ്രോമേറ്റ് (ബേക്കറി പല ഹാരങ്ങൾ, ബ്രെഡ്), സൾഫർ ഡയോക്സൈഡ് (ബിയർ, ശീതള പാനീയങ്ങൾ, വൈൻ, പാക്ക് ചെയ്ത ഭക്ഷണ പാനീയങ്ങൾ) ഫോർമാലിൻ എന്നിവയോടൊപ്പം കൂടുതൽ വിളവ് ലഭിക്കാൻ ഉപയോഗിക്കുന്ന രാസ വളങ്ങൾ, കീടങ്ങൾ വിളകളെ നശിപ്പിക്കാതിരിക്കാൻ ഉപയോഗിക്കുന്ന കീടനാശിനികൾ. അതോടൊപ്പം ചെറിയ ആവി കൊണ്ടാൽ തീരുന്ന അസുഖങ്ങൾക്ക് വരെ ആന്റിബയോട്ടിക് മരുന്നുകളിൽ അടങ്ങിയ ദശ ലക്ഷക്കണക്കിനുള്ള രാസ പദാർത്ഥങ്ങൾ. ഇവയെല്ലാം നമ്മുടെ ഉള്ളിലെത്തുന്ന രാസ സംയുക്തങ്ങൾ ആണ്. ഇവ കേരളത്തിൽ ക്യാൻസർ രോഗികളുടെ എണ്ണം ക്രമാതീതമായി വർദ്ധിപ്പിക്കുന്നു.

ശരീരത്തിന്റെ സ്വസ്ഥമായ പ്രവർത്തനത്തിന് ഹാനികരമായ രാസ പദാർത്ഥങ്ങൾ/സംയുക്തങ്ങൾ/ആഹാര സാധനങ്ങൾ എന്നിവ നിയന്ത്രിച്ച് യമ നിയമങ്ങളിലൂടെയുള്ള ആത്മ നിയന്ത്രണവും യോഗാസനങ്ങളിലൂടെയുള്ള ശാരീരിക നിയന്ത്രണ മാർഗ്ഗവും സ്വീകരിച്ചാൽ ഒരു പരിധിവരെ രോഗങ്ങളില്ലാത്ത ഒരു സമൂഹമായി നമുക്ക് മാറാൻ കഴിയും.

അഷ്ടാംഗ യോഗ

യോഗാചാര്യ ബാലകൃഷ്ണൻ പിണറായി

യോഗശാസ്ത്രത്തിന്റെ ഉത്ഭവം പ്രവൃത്തികൊണ്ടും വേഷഭൂഷാദി കൾകൊണ്ടും ദൈവങ്ങളിലെ അധഃകൃത സമാനനായ പരമേശ്വരനിൽ നിന്നാണ് എന്നു യജ്ഞവല്ക്യസ്മൃതി പറയുന്നു. എന്നാൽ, വേഷഭൂഷാദികൾകൊണ്ടും ആളെ അളക്കുന്ന ഇന്നത്തെ സമൂഹ ത്തിനുള്ള മറുപടിയാണ് ഇതിന്റെ ഘടന. കാരണം അത്യന്തം ശ്രേഷ്ഠമായ പദരചന കൊണ്ട് വിസ്മയിപ്പിക്കുന്നതാണ് ഇത്. അത്യന്തം സൂക്ഷ്മമായ ഘടനാ രൂപം ഉള്ള ഈ ശാസ്ത്രം ഹ്രസ്വവും സൂക്ഷ്മവും ആയി സൂത്രങ്ങളുടെ രൂപത്തിലാണ് ആവിഷ്കരിക്കപ്പെട്ടി രിക്കുന്നത്. ഹിരണ്യ ഗർഭനാണ് ഈ സൂത്രങ്ങളെ ആദ്യമായി ക്രോഡീ കരിക്കുന്നത്. ഈ സൂത്രങ്ങളുടെ ഭാഷ്യം രചിച്ചത് മത്സ്യബന്ധനം കുല ത്തൊഴിൽ ആക്കിയ മുക്കുവ കുലത്തിൽ പിറന്ന വേദവ്യാസൻ ആണ്. ആധുനിക യോഗശാസ്ത്രങ്ങളുടെ പിതാവ് എന്നറിയപ്പെടുന്നത്. ബി സി രണ്ടാം നൂറ്റാണ്ടിലെ പ്രാചീന ഭാരതീയ തത്ത്വചിന്തകനായ പതഞ്ജലി മഹർഷിയാണ്. പതഞ്ജലിയാണ് *യോഗസൂത്രം* എന്ന ആധികാരിക ഗ്രന്ഥത്തിന്റെ കർത്താവ്. ഇന്ന് പാശ്ചാത്യവും പൗരസ്ത്യവുമായ രാജ്യ ങ്ങളിൽ യോഗ എന്ന പേരിൽ അറിയപ്പെടുന്നത് ഈ സിദ്ധാന്തത്തിന്റെ ആധുനിക രൂപമാണ്. ഈ പരിശീലനങ്ങൾക്ക് എട്ട് ഘടകങ്ങൾ അഥവാ ഭാവങ്ങൾ ഉണ്ട്. അതുകൊണ്ട് ഇതിനെ അഷ്ടാംഗ യോഗ എന്നറിയപ്പെ

ടുന്നു. യമം, നിയമം, ആസനം, പ്രാണായാമം, പ്രത്യാഹാരം, ധാരണ, ധ്യാനം, സമാധി ഇവയാണ് അഷ്ടാംഗങ്ങൾ.

യമം

കാലത്തിന്റെ നിയമം ആണ് യമം. ഓരോ ദിവസവും അനുഷ്ഠി ക്കേണ്ട കർമ്മങ്ങൾ അനുസരിക്കാതെ വരുമ്പോൾ ശരീരികമായോ മാന സികമായോ രോഗങ്ങൾ ആയി അത് പരിണമിക്കുന്നു. അഹിംസ, സത്യം, അസ്തേയം, അപരിഗ്രഹം, ബ്രഹ്മചര്യം ഇവയാണ് യമത്തിൽ ഉൾപ്പെട്ടി ട്ടുള്ളത്. സ്വയമോ അല്ലെങ്കിൽ മറ്റുള്ളവരുടെയോ ശരീരത്തിനും മന സ്സിനും ജീവനും ഹാനികരമായ യാതൊരു പ്രവർത്തനവും ചെയ്യാതിരി ക്കുന്നതിനെയാണ് അഹിംസ എന്ന് യോഗശാസ്ത്രം പറയുന്നത്. സത്യം എന്നത് പറയേണ്ടുന്നതല്ല പ്രവർത്തിക്കേണ്ടതാണ്. സത്യം ചെയ്യാനാണ് നമ്മോട് നമ്മുടെ പൂർവ്വികർ പറഞ്ഞുകൊണ്ടിരുന്നത്. പറയാനല്ല കണ്ണു കെട്ടിയ വനിതയുടെ കൈയിൽ ത്രാസ് പിടിക്കുന്ന നിയമ ദേവതയുടെ ചിത്രം നമ്മെ പഠിപ്പിക്കുന്നത്. സത്യം എങ്ങനെയാണ് പ്രവർത്തിക്കു ന്നത് എന്നതാണ്. ത്രാസിൽ ബന്ധിച്ചിരിക്കുന്ന നാല് ചങ്ങലകൾ വീതം ഉള്ള രണ്ടു തട്ടുകൾ (ഗുണവും ദോഷവും) അത് ജ്ഞാനം ആകുന്ന തണ്ടിൽ കോർത്തിരിക്കുന്നു. എട്ടു ചങ്ങലകൾ മനസ്സിന്റെ എട്ടു ഭാവ ങ്ങളെ പ്രതിനിധാനം ചെയ്യുന്നു. അത് കാമം, ക്രോധം, ലോഭം, മോഹം, മദം, മാത്സര്യം, അഹംഭാവം, അസൂയ എന്നിവയാണ്. മുഖം നോക്കാതെ മുകളിൽ പറഞ്ഞിരിക്കുന്ന മാനസിക ഭാവങ്ങൾ കാണാതെ കണ്ണുമൂ ടിയ നിലയിൽ കാര്യങ്ങളെ വിശകലനം ചെയ്യാനും തീരുമാനങ്ങൾ എടു ക്കാനും കഴിയുന്നവർക്കേ അവരുടെ പ്രവൃത്തി സത്യസന്ധമാകുകയുള്ളൂ എന്നതാണ് കണ്ണുകെട്ടിയ വനിതയെ സൂചിപ്പിക്കുന്നത്. **അസ്തേയം** എന്നത് മറ്റുള്ളവരുടെയോ സ്വന്തം വസ്തുവകകളുടെയോ അമിത ഉപ ഭോഗം നിയന്ത്രിക്കുക അഥവാ അപഹരിക്കാതിരിക്കുക എന്നതാണ്. **അപരിഗ്രഹം** എന്നത് മനസ്സിന്റെ നിയന്ത്രണവും ബുദ്ധിയുടെ ആധിപ ത്യവും ഒരുപോലെ പ്രാവർത്തികമാക്കുന്നതിനെയാണ്. **ബ്രഹ്മചര്യം** എന്നത് കാമ മോഹത്തിന്റെ മേൽ മാനസിക നിയന്ത്രണത്തോടെയുള്ള ജീവിത രീതിയാണ്.

നിയമം

ജീവിതത്തിന്റെ അടുക്കും ചിട്ടയോടെയുമുള്ള പ്രവർത്തനത്തിന് വേണ്ടുന്ന നിയന്ത്രണങ്ങളാണ് പതഞ്ജലി മഹർഷി നിയമത്തിൽ ഉൾപ്പെ ടുത്തിയിരിക്കുന്നത്. ശൗചം എന്നത് ബാഹ്യ ആന്തരിക ശുദ്ധീകരണ ത്തിനെയാണ് സൂചിപ്പിക്കുന്നത്. സ്വമനസ്സിലെ ദുഃസ്വഭാവങ്ങൾ ഇല്ലാതെ യാക്കി സല്സ്വഭാവങ്ങൾ നിറയ്ക്കുന്നതിനെയാണ് സന്തോഷം എന്ന് പറയുന്നത്. തപസ് എന്നത് കഠിനാദ്ധ്വാനത്തോടെയുള്ള സ്വകർമ്മങ്ങൾ

ജീവിത വിജയത്തിനുവേണ്ടി അനുഷ്ഠിക്കുന്നതിനെയാണ്. സ്വാദ്ധ്യായം എന്നത് സ്വവിശകലനമാണ്. ഈശ്വരപ്രണിധാനം എന്നത് സാർവ്വലൗകികമായ സ്നേഹത്തെയാണ്. ലോകാ സമസ്താ സുഖിനോഭവന്തു എന്ന് പറയാനും പ്രാവർത്തികമാക്കാനും ഈശ്വരപ്രണിധാനം അനുഷ്ഠിക്കുന്ന ഒരു വ്യക്തിക്കുമാത്രമേ കഴിയുകയുള്ളൂ.

ആസനം

പഞ്ചേന്ദ്രിയങ്ങളെ നിയന്ത്രിച്ചുകൊണ്ട് സ്വസ്ഥനാകാൻ ഉള്ള ശാരീരിക വ്യായാമ മുറയാണ് ആസനങ്ങൾകൊണ്ട് ഉദ്ദേശിക്കുന്നത്. ദശലക്ഷങ്ങൾ വരുന്ന ജീവജാലങ്ങളിലെ കഴിവുകൾ മനുഷ്യൻ ആർജ്ജിക്കുവാൻ അവരുടെ സ്വാഭാവിക നിലകളും ചലനങ്ങളും അതേപോലെ അനുകരിച്ച് ആർജ്ജിക്കുകയാണ് യോഗാസനങ്ങളിൽക്കുടി ചെയ്യുന്നത്. അനുകരിക്കുന്ന പക്ഷിമൃഗാദികളുടെ പേരുകളിൽ ആണു മിക്ക ആസനങ്ങളും അറിയപ്പെടുന്നത്.

പ്രാണായാമം

ശരീരത്തിന്റെ ഊർജ്ജ ഉപഭോഗം വർദ്ധിപ്പിക്കാൻ ചെയ്യുന്ന ശ്വാസ നിശ്വാസ വ്യായാമത്തെയാണ് പ്രാണായാമം എന്ന് വിവക്ഷിക്കുന്നത്.

പ്രത്യാഹാരം

അനിയന്ത്രിതമായ ചിന്തകളെ നിയന്ത്രണ വിധേയമാക്കി ഊർജ്ജ ഉപഭോഗം കുറയ്ക്കുന്ന പ്രവൃത്തിയെ പ്രത്യാഹാരം എന്ന് പറയുന്നു.

ധാരണ

ഇന്ദ്രിയ സുഖഭോഗങ്ങളിൽനിന്നും മനസ്സിനെ അടർത്തിമാറ്റി മാനസിക വികാരങ്ങളെയും വിചാരങ്ങളെയും ബൗദ്ധിക തലങ്ങളിലേക്ക് ആനയിക്കുന്നതിനെ ധാരണ എന്ന് പറയുന്നു.

ധ്യാനം

അറിവിനെ അതിന്റെ തന്നെ രൂപങ്ങൾ സൃഷ്ടിക്കുകയും അത് സൂക്ഷിക്കുകയും അവ പുനർചിന്തനം ചെയ്യുകയും മനനത്തിലൂടെ പുനഃ സൃഷ്ടിക്കുകയും ചെയ്യുന്ന പ്രവൃത്തിയെ ധ്യാനം എന്ന് പറയുന്നു.

സമാധി

സ്വസ്ഥതയോടെ കാര്യനിർവ്വഹണത്തിൽ ലയിച്ച് അനുഭൂതിയോടെ ആസ്വദിച്ച് അനുഭവിക്കുന്നതിനെ സമാധി എന്ന് പറയുന്നു.

യോഗയും ജീവിതശൈലി രോഗങ്ങളും

ഡോ. രാജഗോപാലൻ

(സ്റ്റേറ്റ് ഫാക്കൽട്ടി ചേതനയോഗ)

ആധുനിക ലോകത്ത് എല്ലാ സുഖ സൗകര്യങ്ങളും അനുഭവിച്ചു ജീവിക്കാൻ വെമ്പുന്ന മനുഷ്യൻ അതിന്റെ കുടപ്പിറപ്പായ രോഗങ്ങളെ അവഗണിക്കുകയാണ് ചെയ്യുന്നത്. തികച്ചും തങ്ങളുടെ ദൈനംദിന ജീവിതചര്യകൾകൊണ്ട് മാത്രം പിടിപെടുന്ന മാരകരോഗങ്ങൾ അല്പം ശ്രദ്ധ വെച്ചാൽ തന്നെ ഇല്ലാതാക്കാനോ അതിന്റെ മാരകാക്രമണം തടയാനോ കഴിയും എന്നത് നിസ്തർക്കമാണ്. തിരക്കുപിടിച്ച ജീവിതത്തിനിടയിൽ ആരോഗ്യസംരക്ഷണത്തിനാവശ്യമായ നുഷ്ഠിക്കേണ്ട പ്രാഥമിക കടമകളെല്ലാം മറക്കുന്നു. അഥവാ ശ്രദ്ധിക്കാതെ പോകുന്നു. ഫലമോ-ആരോഗ്യ നഷ്ടം, ധന നഷ്ടം, ചിലപ്പോൾ ജീവൻ തന്നെ നഷ്ടപ്പെടുന്നു. സമീകൃതങ്ങളായ ശുദ്ധ ഭക്ഷണം, ശുദ്ധ ജലം, ശുദ്ധ വായു എന്നിവ കിട്ടാക്കനിയായിരിക്കുന്നു. ഈ കച്ചവടവ്യവസ്ഥയിൽ മറ്റെല്ലാമുണ്ടെങ്കിലും സ്വസ്ഥമായി ശരിയായി ഭക്ഷണം കഴിക്കാൻ പോലും കഴിയാത്ത ധൃതി പിടിച്ച ജീവിതം. പല വിധ കാരണങ്ങളാൽ മനസ്സംഘർഷം, വ്യായാമമെന്നത് അജണ്ടയിലേ ഇല്ലാത്ത അവസ്ഥ. ശരിയായ ഉറക്കമില്ലായ്മ, സുഖഭോഗ വസ്തുക്കളുടെ അമിതമായ ഉപയോഗം, മദ്യം, മയക്കുമരുന്ന് എന്നിവയുടെ അമിതമായ ഉപയോഗം ഒന്നിലും തൃപ്തി വരാത്ത മനസ്സ്, അമിതമായ പ്രകൃതിചൂഷണം, മരുന്നുകളുടെ തെറ്റായ ഉപയോഗം എന്നിവയെല്ലാം

കൊണ്ട് സ്വയം വരുത്തിവെക്കുന്ന മഹാവ്യാധികളാണ് പ്രമേഹം, ആസ്തമ, ക്യാൻസർ, പൊണ്ണത്തടി, പലവിധ മാനസിക രോഗങ്ങൾ, രക്ത സമ്മർദ്ദം തുടങ്ങിയവ. അല്പം ശ്രദ്ധിച്ചാൽ ദൈനംദിന ജീവിതചര്യകളും ഭക്ഷണക്രമവും ഒന്നു ചിട്ടപ്പെടുത്തിയാൽ ഒട്ടുമിക്ക രോഗങ്ങളും അക റ്റാനോ ക്ഷയിപ്പിക്കാനോ സാധിക്കും.

ആസ്തമ

അനാരോഗ്യകരമായ ജീവിതരീതിയാണ് ആസ്തമാരോഗത്തിന് മുഖ്യ കാരണം. മലിനമായ അന്തരീക്ഷം, ശരിയായ വ്യായാമമില്ലായ്മ, തെറ്റായ ഭക്ഷണശീലം, ലഹരി വസ്തുക്കളുടെ ഉപയോഗം, വിശ്രമമി ല്ലായ്മ, ഉറക്കക്കുറവ്, പലതരം അലർജികൾ, മാനസിക സമ്മർദ്ദം, സുഗന്ധ ദ്രവ്യങ്ങൾ, പൂമ്പൊടി, പൊടിപടലങ്ങൾ എന്നിവയെല്ലാം ആസ്തമയ്ക്ക് കാരണമാകാം. ശ്വാസനാളങ്ങളിൽ അമിതമായടിഞ്ഞു കൂടുന്ന കഫം വരണ്ട് കട്ടപിടിച്ച് ശ്വാസ കോശങ്ങളുടെ വികാസ സങ്കോച ശേഷി കുറഞ്ഞ് ശ്വാസ തടസ്സം അനുഭവപ്പെടുന്നു. ഇത് കഠിനമായ ശ്വാസം മുട്ടലിനും വലിവിനും ഇടയാക്കുന്ന ആസ്തമയായി മാറുന്നു. ജീവിതം ദുരിതപൂർണ്ണമാവുന്നു. ആസ്തമ ഒരു മാറാവ്യാധിയായാണ് പലരും കരുതുന്നത്. ഇത് ശരിയല്ല. ശരിയായ ജീവിതചര്യയും ചിട്ടയായ യോഗാസനങ്ങളുംകൊണ്ട് ഇതിനെ നിശ്ശേഷം മാറ്റാൻ കഴിയും.

നിവാരണ മാർഗ്ഗങ്ങൾ

പൊടിപടലങ്ങളില്ലാത്ത, സുലഭമായി ശുദ്ധവായു ലഭിക്കുന്ന സ്ഥലത്ത് താമസിക്കുക, ആഹാരത്തിൽ നിഷ്ഠ പാലിക്കുക, ഉറക്കമി ളയ്ക്കൽ ഒഴിവാക്കുക, മുട്ട, മാംസം, പഴം, നെയ്യ്, തൈര്, കിഴങ്ങുവർഗ്ഗ ങ്ങൾ, എണ്ണക്കുരുക്കൾ, ലഹരി പദാർത്ഥങ്ങൾ, പുകയില ഉല്പന്നങ്ങൾ, ചായ, കാപ്പി എന്നിവ പരമാവധി ഒഴിവാക്കുക. മനഃസംഘർഷമൊഴിവാക്കി സമാധാനപരമായ ജീവിതം ശീലമാക്കുക. ഇതിന് മുറ തെറ്റാതെ യഥാ വിധി യോഗാസനങ്ങളും പ്രാണായാമവും ശീലമാക്കുക. സൂക്ഷ്മ വ്യായാ മങ്ങൾക്കുശേഷം ഏകപാദ ഉസ്ഥാനാസനം 45°, 90° പവന മുക്താസനം, അർദ്ധശലഭാസനം, ശലഭാസനം, ഭുജംഗാസനം, വിപരീതകരണി, വജ്രാ സനം, ഹലാസനം പശ്ചിമോത്താനാസനം, ശവാസനം, നാഡിശുദ്ധി പ്രാണായാമം, ഉദ്ധ്യാനബന്ധം എന്നിവ ചെയ്യുക.

പ്രമേഹം

അമിതവും അലസവുമായ ഭക്ഷണശീലം, വ്യായാമമില്ലായ്മ, സസ്യേതര ഭക്ഷണങ്ങളുടെ അധിക ഉപയോഗം, ഭക്ഷണത്തിന് മധുര പദാർത്ഥങ്ങളുടെ ധാരാളിത്തം, മദ്യപാനം, മാനസിക സംഘർഷം; ചില തരം മരുന്നുകളുടെ ഉപയോഗം, പാരമ്പര്യം എന്നിവയെല്ലാം പ്രമേഹ ത്തിന് കാരണമാകാം.

ലക്ഷണങ്ങൾ

കലശലായ ദാഹം, ഇടയ്ക്കിടെ മൂത്രമൊഴിക്കുക, ക്ഷീണം, കാഴ്ച ക്കുറവ്, തലകറക്കം, മലബന്ധം, വയറിളക്കം, ഭാരക്കുറവ്, തലവേദന, വ്രണങ്ങൾ ഭേദമാവാനുള്ള കാലതാമസം തുടങ്ങിയവയാണ് പ്രധാന ലക്ഷണങ്ങൾ.

മൂത്രത്തിലോ രക്തത്തിലോ രണ്ടിലുമോ പഞ്ചസാരയുടെ അംശം ഉണ്ടായിരിക്കുകയാണ് പ്രാരംഭ ലക്ഷണം. രക്തത്തിൽ ആവശ്യത്തില ധികം നിലനില്ക്കുന്ന ഗ്ലൂക്കോസ് ക്രിസ്റ്റലുകൾ മൂത്രത്തിലൂടെ ബഹി ഷ്കരിക്കുന്നു. അങ്ങനെയാണ് മൂത്രത്തിൽ പഞ്ചസാരയുടെ അംശം കാണാനിടയാകുന്നത്.

പ്രമേഹം രണ്ടു തരമുണ്ട്

ടൈപ്പ് – 1: ഇതിൽപ്പെട്ടവ ശൈശവത്തിലും ബാല്യകാലത്തിലും കണ്ടുവരുന്നതിനാൽ ഇതിനെ ബാല പ്രമേഹം എന്നു പറയുന്നു. പാൻക്രി യാസിൽ വിവിധ സ്ഥലങ്ങളിലായി കാണുന്ന ലാംഗർഹാൻസ് ദ്വീപുകൾ (ബീറ്റാസെല്ലുകൾ) ആണ് ഇൻസുലിൻ ഉല്പാദിപ്പിക്കുന്നത്. ബീറ്റാസെ ല്ലുകൾ പൂർണ്ണമായും ഇല്ലാത്ത അവസ്ഥയാണ് ബാല പ്രമേഹം. പല പ്പോഴും മറ്റു പല രോഗങ്ങൾക്കും ഉപയോഗിക്കുന്ന ഔഷധങ്ങൾ ഉൾപ്പെ ടെയുള്ള രാസ മലിനീകരണമാണ് ഇങ്ങനെ സംഭവിക്കാനിടയാക്കുന്നത്.

ടൈപ്പ്–2: പ്രമേഹ രോഗങ്ങളിൽ ഇൻസുലിൻ ഉല്പാദിപ്പിക്കുന്നുണ്ടെ ങ്കിലും അത് വേണ്ടത്ര അളവിൽ ഉണ്ടാകാതിരിക്കുകയോ വേണ്ട രീതി യിൽ പ്രയോജനപ്പെടുത്താൻ ആന്തരികാവയവങ്ങൾക്ക് കഴിവില്ലാതെ വരികയോ ആണ്. പാൻക്രിയാസിൻ ബീറ്റാ സെല്ലുകൾ ഭാഗികമായി നഷ്ടപ്പെട്ട അവസ്ഥയാണിത്. ഭക്ഷണ പാനീയങ്ങളുടെ ദഹന പ്രക്രിയ യിൽ സംഭവിക്കുന്ന പാകപ്പിഴകളാണിതിനു കാരണം.

ഔഷധ പ്രയോഗംകൊണ്ട് പാൻക്രിയാസിന്റെ ആരോഗ്യം വീണ്ടെ ടുക്കാനോ ഇൻസുലിൻ ഉല്പാദിപ്പിക്കാനോ കഴിയുകയയില്ല. ആഹാരത്തിൽ നിഷ്ഠയും ശരിയായ രീതിയിൽ യോഗാസനങ്ങളും പതിവായി ചെയ്താൽ ഏതുതരം പ്രമേഹരോഗങ്ങളും നിശ്ശേഷം മാറ്റാൻ കഴിയു മെന്ന് നിരവധി ഗവേഷണ പഠനങ്ങൾ തെളിയിച്ചിട്ടുണ്ട്. അങ്ങനെ നിശ്ശബ്ദ കൊലയാളിയെന്നും ആജീവനാന്തം മരുന്നിനടിമയാക്കുന്ന രോഗമാണി തെന്നുമുള്ള ഭീതിയിൽനിന്നും മരുന്നൊന്നുമില്ലാതെ തന്നെ പൂർണ്ണമായും മുക്തമാകാനുള്ള വഴിയാണ് യോഗാശാസ്ത്രം ഉപദേശിക്കുന്നത്.

ആഹാര ക്രമം

പഞ്ചസാര, മൈദ കൊണ്ടുണ്ടാക്കുന്ന ഭക്ഷണ പദാർത്ഥങ്ങൾ, എണ്ണ യിൽ വറുത്തതും പൊരിച്ചതുമായ ഭക്ഷണങ്ങൾ, നാരു കുറഞ്ഞ ഭക്ഷ ണങ്ങൾ, ഐസ്ക്രീം, മാംസം, മദ്യം, പുകയില ഉല്പന്നങ്ങൾ, മയക്കു

മരുന്ന്, അധികമായ എരുവ്, പുളി, ഉപ്പ്, സ്റ്റാർച്ച് അധികമുള്ള ഭക്ഷണ പദാർത്ഥങ്ങൾ എന്നിവ പ്രമേഹ രോഗികൾ ഒഴിവാക്കേണ്ടതാണ്. ധാരാളം ഇലക്കറികൾ, പച്ചക്കറികൾ മിതമായ തോതിൽ പഴങ്ങൾ, നാരുകൾ നീക്കം ചെയ്യാത്ത ധാന്യങ്ങൾ, കടല തുടങ്ങിയവ ഭക്ഷണത്തിൽ ഉൾപ്പെ ടുത്തുക.

പൊണ്ണത്തടി

പുതിയ കാലത്തെ മറ്റൊരു പ്രധാന പ്രശ്നമാണ് പൊണ്ണത്തടി. ജീവിത ദൈർഘ്യം കുറയൽ, അമിത രക്തസമ്മർദ്ദം, ശാരീരിക മാന സിക വൈകല്യങ്ങൾ, ഹൃദ്രോഗം, സന്ധിവേദന, പ്രമേഹം, ലൈംഗിക ശേഷിക്കുറവ്, ദഹനക്കുറവ്, അപകർഷതാബോധം, നടുവേദന തുടങ്ങി നിരവധി രോഗങ്ങൾ. അമിതമായ ആഹാരശീലം, മധുര പദാർത്ഥങ്ങ ളുടെ അമിതോപയോഗം, മദ്യം, വ്യായാമമില്ലായ്മ എന്നിവയാണ് പ്രധാന കാരണങ്ങൾ.

ഭക്ഷണക്രമം

പച്ചക്കറി, ഇല വർഗ്ഗങ്ങൾ, പഴങ്ങൾ എന്നിവ ഭക്ഷണത്തിൽ ഉൾപ്പെ ടുത്തുക. മാംസാഹാരം പരമാവധി കുറയ്ക്കുക. ഭക്ഷണം നന്നായി ചവ ച്ചരച്ച് സാവധാനം കഴിക്കുക, മസാല, ഉപ്പ് എന്നിവ കുറയ്ക്കുക. ഭക്ഷ ണത്തോടൊപ്പം വെള്ളം കുടിക്കാതിരിക്കുക. കൊഴുപ്പു കൂടുതലുള്ളവ, പൊരിച്ചതും വറുത്തതുമായ ഭക്ഷണ പദാർത്ഥങ്ങൾ ഒഴിവാക്കുക. ഭക്ഷണം കഴിച്ച ഉടനെ ഉറങ്ങാതിരിക്കുക. ഉറങ്ങുന്നതിന് 2 മണിക്കൂർ മുമ്പേ ഭക്ഷണം കഴിക്കുക. മിതമായ അളവിൽ മാത്രം ഭക്ഷണം കഴി ക്കുക.

മന:സംഘർഷം (സ്ട്രെസ്)

ഏതെങ്കിലും തരത്തിൽ മാനസിക സമ്മർദ്ദം അനുഭവിക്കാത്തവ രായി ഇന്നു സമൂഹത്തിൽ ആരുമുണ്ടാകാനിടയില്ല. പുതിയ ജീവിത സാഹചര്യങ്ങൾ, ചിന്തകൾ എന്നിവ പ്രായമോ, ലിംഗമോ, ദേശമോ, ജാതി ഭേദഭിന്നതയോ ഒന്നും ഭേദമില്ലാതെ എല്ലാ വിഭാഗങ്ങളിലും വർദ്ധിച്ചു വരുന്ന ഒരു വ്യാധിയായി സ്ട്രെസ് അഥവാ മാനസിക സംഘർഷം മാറി യിരിക്കുന്നു. ഇതിന് ഓരോരുത്തർക്കും ഓരോ കാരണങ്ങളായിരിക്കും എന്നുമാത്രം. തൊഴിൽപരമായ കാരണങ്ങൾ, സാമ്പത്തിക കാരണങ്ങൾ, വ്യക്തിബന്ധങ്ങളുടെ അഭാവം, ആകസ്മികമായി ഉണ്ടാകുന്ന സംഭവ ങ്ങൾ, ചുറ്റുപാടുകളുടെ സമ്മർദ്ദങ്ങൾ, സമയമില്ലായ്മ, ആശയവിനിമയ പ്രശ്നങ്ങൾ, രോഗങ്ങൾ, കുടുംബബന്ധങ്ങളിലെ പ്രശ്നങ്ങൾ, പഠന പരമായ പ്രശ്നങ്ങൾ, സ്വത്ത് സംബന്ധമായ കാര്യങ്ങൾ, സ്വഭാവ വൈക ല്യങ്ങൾ ഇങ്ങനെ മാനസിക പ്രശ്നങ്ങൾക്ക് കാരണങ്ങൾ നിരവധിയാണ്.

ഓരോരുത്തർക്കും വ്യത്യസ്തങ്ങളായ കാരണങ്ങളിലാണ് ഇതുണ്ടാകു ന്നത്. ഓരോരുത്തർക്കും ഓരോ തരത്തിലാകാം ഇതിന്റെ പ്രതിഫലന ങ്ങൾ ഉണ്ടാകുന്നത്.

ജോലിയിൽ സംതൃപ്തി ഉണ്ടാകാതിരിക്കുക. ജോലി ഭാരമായി തോന്നുക, ഒന്നിലും ശ്രദ്ധിക്കാൻ കഴിയാതിരിക്കുക, പെട്ടെന്ന് ദേഷ്യം വരിക, അകാരണമായി സങ്കടം തോന്നൽ, സ്വയം കുറ്റപ്പെടുത്തൽ, മറ്റു ള്ളവരിൽ എന്തിനും ഏതിനും കുറ്റം കാണൽ, ആരേയും വിശ്വാസമി ല്ലായ്മ, നിരാശ, ഉൽക്കണ്ഠ, അക്രമാസക്തി, അക്ഷമ, അനാവശ്യമായി മത്സരബുദ്ധി, ഉറക്കമില്ലായ്മ, ലൈംഗിക അസംതൃപ്തി, കുറ്റവാസന, മദ്യം മയക്കുമരുന്ന് എന്നിവയുടെ അമിതോപയോഗവാസന തുടങ്ങിയ വയും അമിത വിയർപ്പ്, ഇല്ലാത്ത രോഗങ്ങൾ ഉണ്ടെന്ന് തോന്നൽ തുട ങ്ങിയ നിരവധി രീതിയിൽ സ്ട്രെസ് പ്രത്യക്ഷപ്പെടാം. ഇവ പലവിധ ആരോഗ്യപ്രശ്നങ്ങൾക്കും രോഗങ്ങൾക്കും കാരണമാകാം. ആരംഭ ദശ യിൽത്തന്നെ മനസ്സിലാക്കി പരിഹാര പ്രവർത്തനങ്ങൾ സ്വീകരിച്ചാൽ മാനസിക ശാരീരിക ആരോഗ്യം വീണ്ടെടുത്ത് സുഖകരമായ ജീവിതം കൈവരിക്കാൻ കഴിയും. യോഗാസനങ്ങളിലൂടെയും പ്രാണായാമത്തി ലൂടെയും ഇതു സാദ്ധ്യമാണ്. അഷ്ടാംഗയോഗപരിശീലനം പൂർണ്ണ പരി ഹാരമാകുമെന്നതിൽ പക്ഷാന്തരമില്ല.

രക്തസമ്മർദ്ദം

സാധാരണ ആരോഗ്യമുള്ള ഒരാളുടെ രക്തസമ്മർദ്ദ നിരക്ക് 120/80 (സിസ്റ്റോളിക് 120 ഉം ഡയസ്റ്റോളിക് 80 എന്ന ക്രമത്തിലാണ്). ഇതിൽ അസന്തുലനം അനുഭവപ്പെടുമ്പോഴാണ് അത് രോഗമായിത്തീരുന്നത്. രക്തചംക്രമണത്തിന്റെ ക്രമം തെറ്റി അത് ക്രമാതീതമായി വർദ്ധിക്കു ന്നതും വളരെ താഴ്ന്ന നിലയിൽ ആകുന്നതും അപകടകരം തന്നെ. നിര വധി കാരണങ്ങൾ കൊണ്ടാകാം രക്തധമനികളിൽ അമിതമായി കൊഴുപ്പ് അടിഞ്ഞുകൂടി ചംക്രമണം തടസ്സപ്പെടുന്നത് ഉയർന്ന രക്ത സമ്മർദ്ദത്തിന് കാരണമാകുന്നു. ഉൽക്കണ്ഠ, മറ്റു മാനസിക സംഘർഷങ്ങൾ ഉണ്ടാകു മ്പോഴും ഉയർന്ന രക്തസമ്മർദ്ദങ്ങൾ ഉണ്ടായെങ്കിലും അത് രോഗമാക ണമെന്നില്ല. എന്നാൽ തുടരെത്തുടരെ ഇത് ഉണ്ടാകുന്നത് രോഗകാരണ മാകുന്നു. ഇത് തലവേദന, ക്ഷീണം, ശ്വാസ തടസ്സം, കാഴ്ചക്കുറവ്, ശരീര ഊഷ്മാവിലെ വ്യതിയാനം, ഹൃദയ സംബന്ധമായ രോഗം എന്നിവയും പൊതുവാകുന്നു. ഭക്ഷണത്തിൽ ക്രമീകരണം വരുത്തിയും പ്രാണായാ മങ്ങളും ലഘുയോഗാസനങ്ങളും പരിശീലിച്ച് രക്ത സമ്മർദ്ദവും അനു ബന്ധ രോഗങ്ങളും പാടെ പരിഹരിക്കാവുന്നതാണ്.

ഭക്ഷണത്തിൽ പഴവർഗ്ഗങ്ങൾ, ഇലക്കറികൾ, പച്ചക്കറി സലാഡു കൾ എന്നിവ ഉൾപ്പെടുത്തുക. പുകവലി, പുകയില ഉല്പന്നങ്ങളുടെ ഉപ യോഗം, ചായ, കാപ്പി, മദ്യം എന്നിവ വർജ്ജിക്കുക, മുട്ട, മാംസം അമിത കൊഴുപ്പടങ്ങിയ ഭക്ഷ്യവസ്തുക്കൾ, നെയ്യും, പൊരിച്ചതും, വറുത്തതു

മായ, അധികം ഉപ്പ് ഭക്ഷണ പദാർത്ഥങ്ങൾ കഴിയുന്നത്ര കുറയ്ക്കുക. ചുവന്ന മുളക്, അച്ചാറുകൾ എന്നിവയും ഒഴിവാക്കുക.

അമിതമായി അദ്ധ്വാനം, മാനസിക പിരിമുറക്കം ഉണ്ടാകുന്ന സന്ദർഭ ങ്ങൾ എന്നിവ പരമാവധി ഇല്ലാതാക്കുക, അമിത ഭക്ഷണം, ഉറക്കമില യ്ക്കൽ തുടങ്ങിയവയും ഒഴിവാക്കുക. ശവാസനം അരമണിക്കൂർ വീതം ദിവസവും രണ്ടോ മൂന്നോ തവണ ചെയ്യുക. തുടർന്ന് പാദോത്ഥാനാ സനം, പവനമുക്താസനം, സാവധാനമുള്ള സൂര്യ നമസ്കാരം, രേച കർപ്പൂരക പ്രാണായാമം എന്നിവ നിത്യവും ചെയ്ത് രക്തസമ്മർദ്ദത്തിൽ നിന്നും അനുബന്ധ രോഗങ്ങളിൽനിന്നും മോചനം നേടാൻ കഴിയും. ചിട്ടയായ യോഗാസനങ്ങളും പ്രാണായാമങ്ങളും നിത്യജീവിതത്തിന്റെ ഭാഗമാക്കിയാൽ എല്ലാതരം ജീവിതശൈലീ രോഗങ്ങളിൽനിന്നും വിമുക്തി നേടി സുഖവും സന്തുഷ്ടവും ആനന്ദകരവുമായ ജീവിതം സാദ്ധ്യമാകു മെന്ന് അനുഭവങ്ങളും പഠനങ്ങളും സാക്ഷ്യപ്പെടുത്തുന്നു.

പ്രാണായാമം
യുക്തിയും യുക്തിരാഹിത്യവും

കെ ടി കൃഷ്ണദാസ്
(സ്റ്റേറ്റ് ഫാക്കൽട്ടി ചേതനയോഗ)

മനുഷ്യശരീരത്തിന്റെ നിലനില്പ് പ്രാണശക്തിയെ അടിസ്ഥാനമാക്കിയാണ് നിലകൊള്ളുന്നത് എന്ന് ആയുർവ്വേദാചാര്യനായ ചരകമുനി തന്റെ *ചരക സംഹിത* യിൽ വ്യക്തമാക്കിയിട്ടുണ്ട്. മനുഷ്യശരീര ത്തിലെ പഞ്ചവായുക്കളിൽ പ്രധാനിയായ അപാനവായുവും പ്രാണവായുവും സംയോ ജിക്കുന്ന അവസ്ഥയാണിത്. പ്രാണനെ നിയന്ത്രണ വിധേയമാക്കുക എന്നതാണ് പ്രാണായാമത്തിന്റെ അർത്ഥം. മനസ്സി ന്റെയും ശരീരത്തിന്റെയും ആന്തരിക ലോകത്തിന്റെ ശാസ്ത്രജ്ഞനായ, യോഗ ശാസ്ത്രത്തിന്റെ പിതാവ് പതഞ്ജലി മഹർഷി ആവിഷ്കരിച്ച *അഷ്ടാംഗ യോഗ*യിലെ നാലാമത് വിഭാഗമായ പ്രാണായാമം യുക്തമായ രീതിയിൽ ചെയ്താൽ സർവ്വരോഗങ്ങളെയും ക്ഷയിപ്പിച്ച് മനസ്സിനെ ശാന്തതയിലേക്കും ഔന്നത്യത്തിലേക്കും നയി ക്കുവാൻ പ്രാപ്തമാകുമെന്ന് വ്യക്തമായിട്ടുണ്ട്. ആസനാഭ്യാസത്തിന് ശേഷം സ്വയം ശുദ്ധീകരിക്കപ്പെട്ട് ദൃഢീകരിച്ച ശരീരത്തിൽ മാത്രമേ പ്രാണായാമം ചെയ്യുവാൻ പാടുള്ളൂ എന്ന യുക്തിയാണ് അരോഗാവ സ്ഥയിലേക്ക് മനുഷ്യനെ നയിക്കുന്നത്. എന്നാൽ ആസന മുറകൾ അഭ്യ സിക്കാതെയുള്ള പ്രാണായാമ രീതികൾ അയുക്താഭ്യാസമാണെന്നും സംഹിതകൾ ചൂണ്ടിക്കാണിക്കുന്നുണ്ട്. 8000 വർഷം മുമ്പേ ഋഷി സ്വാത്മ രാമൻ രചിച്ച *ഹഠയോഗ പ്രദീപിക*യിലെ 114-ാം ശ്ലോകങ്ങളിൽ രണ്ടാം

അദ്ധ്യായത്തിൽ 16-ാം ശ്ലോകം ഇക്കാര്യം വ്യക്തമാക്കുന്നുണ്ട്.

"പ്രാണായാമേന യുക്തേന

സർവ്വരോഗ ക്ഷയോൽഭവേൽ:

ആയുക്താഭ്യാസ യോഗേന:

സർവ്വരോഗ സമുദ് ഭവ പ്രഹ പ്ര 2/16...

യുക്തമായ രീതിയിൽ പ്രാണായാമം ചെയ്താൽ സർവ്വരോഗം

ക്ഷയിക്കുന്ന അയുക്താഭ്യാസം സർവ്വരോഗത്തെയും

ക്ഷണിക്കുമെന്നുമാണിതിനർത്ഥം.

ശരീരത്തിലെ 72000 നാഡികളെയും ശുദ്ധമാക്കുന്നതിനും പ്രധാന നാഡിയായ സുഷുമ്നാനാഡിയെ ശക്തിപ്പെടുത്തി മനസ്സിനെ സുദൃഢീ കരിക്കുന്നതിനും കഴിയുന്നതാണ് പ്രാണായാമത്തിന്റെ ഉൽകൃഷ്ടത. ദീർഘായുസ്സിനുടമയായ ആമയുടെ ശ്വസനരീതിയാണ് പ്രാണായാമ ത്തിൽ മഹർഷികൾ മനുഷ്യശരീരത്തിൽ പ്രയോഗിക്കാൻ അനുശാസി ക്കുന്നത്. ഒരു മിനിറ്റിൽ മൂന്ന് തവണ ശ്വാസോച്ഛ്വാസം നടത്തുന്ന ജീവി യാണ് ആമ, 10 സെക്കന്റ് ദൈർഘ്യത്തിൽ ഓക്സിജനെ സ്വീകരിക്കു കയും 10 സെക്കന്റ് ദൈർഘ്യത്തിൽ കാർബൺഡയോക്സൈഡ് പുറ ന്തള്ളുകയും ചെയ്യുക വഴിയാണ് തന്റെ ആയുസ്സ് 1000 കൊല്ലത്തേക്ക് നീട്ടുന്നതിന് ആമയ്ക്ക് കഴിയുന്നത് എന്ന ലളിതതത്ത്വം കണക്കിലെടു ത്താൽ ആമയേക്കാൾ ശ്വാസകോശ പ്രാപ്തിയുള്ള മനുഷ്യന് നിരന്തര സാധകം വഴി ശ്വാസകോശത്തെ പൂർണ്ണവികാസത്തിലേക്ക് നയിക്കു വാനും ശരീരപ്രതിരോധവ്യവസ്ഥയെയും നാഡീവ്യവസ്ഥയെയും തദ്വാര മറ്റിതരവ്യവസ്ഥകളെയും ശക്തിപ്പെടുത്തുവാനും മനുഷ്യായുസ്സ് വർദ്ധി പ്പിക്കുന്നതിനും സാധിക്കുമെന്നാണ് ഋഷീശ്വരന്മാർ വർഷങ്ങളുടെ ഗവേ ഷണത്തിലൂടെ കണ്ടെത്തി. 6000 മില്ലി ഓക്സിജൻ ഉൾക്കൊള്ളാൻ കഴി വുള്ള മനുഷ്യ ശ്വാസകോശത്തിൽ വെറും 500 മില്ലി ഓക്സിജനാണ്. സാധാരണ ശ്വസനരീതിയിൽ ഒന്നര സെക്കന്റ് ദൈർഘ്യത്തിൽ ഓക്സി ജൻ സ്വീകരിക്കുകയും രണ്ടര സെക്കന്റ് ദൈർഘ്യത്തിൽ കാർബൺ ഡയോക്സൈഡ് പുറന്തള്ളുകയുമാണ് മനുഷ്യൻ ചെയ്യുന്നത്. ശ്വാസ കോശത്തിന്റെ പ്രാപ്തി വർദ്ധിപ്പിക്കുന്നതിന് ശരാശരി ശ്വസനരീതി കൊണ്ട് കഴിയുകയില്ല എന്നും മറിച്ച് ശരാശരി 5 സെക്കന്റ് ദൈർഘ്യം ഓക്സിജനെയും 5 മുതൽ 10 സെക്കന്റ് ദൈർഘ്യത്തിൽ, കാർബൺഡ യോക്സൈഡ് പുറംതള്ളുകയും ചെയ്താൽ 1650 മില്ലി ഓക്സിജൻ ഉൾക്കൊള്ളാൻ കഴിവുണ്ടായാൽ ശ്വാസകോശ വ്യവസ്ഥ ആരോഗ്യ ദൃഢമാകുകയും ശ്വാസകോശ പേശികൾ സർവ്വശക്തമാകാനും സാധി ക്കും. പ്രാരംഭകന് ചെയ്യാവുന്ന ശ്വസനരീതി ഇതാണെങ്കിൽ ഘട്ടം ഘട്ട മായി വിധിപ്രകാരമുള്ള വർദ്ധിത ശ്വസനരീതികൾ ശ്വാസകോശത്തിന്റെ പൂർണ്ണകഴിവ് വികസിപ്പിക്കാനും ആൽവിയോളിനുകൾ പൂർണ്ണ ശുദ്ധീ കരണത്തിന് വിധേയമാകുന്നതിന് സാധിക്കുമെന്ന് തെളിഞ്ഞിട്ടുണ്ട്.

പ്രാണായാമം ഗുരുമുഖത്ത് മാത്രമേ അഭ്യസിക്കാവൂ എന്ന്

നിഷ്കർഷേണ ചൂണ്ടിക്കാണിക്കുന്നത് ഓരോരുത്തരുടെയും മാനസിക ശാരീരിക കഴിവിനുള്ളിൽ മാത്രമേ പ്രാണമാത്രകൾ ശരീരത്തിൽ പ്രവേ ശിക്കാവൂ എന്ന തത്ത്വം നിലനില്ക്കുന്നതുകൊണ്ടാണ്. മനസ്സ് ദുർബ്ബല മായവനും മനഃശക്തിയുള്ളവനും പ്രാണായാമങ്ങൾ ഒരു രീതിയിലല്ല സ്വീകരിക്കേണ്ടത്. ശാരീരിക മാനസിക ശക്തി മനസ്സിലാക്കുന്നതിന് ഗുരു വിന് മാത്രമേ കഴിയു. ആസനാഭ്യാസനത്തിനുശേഷം ശക്തവും ശാന്ത വുമാകുന്ന മനസ്സിനുടമയാക്കുന്ന വ്യക്തിയിലാണ് പ്രാണായാമം ആരം ഭിക്കുന്നത്. ഇതിന് ഘടക വിരുദ്ധമായ നിലയിൽ പ്രാരംഭത്തിൽ തന്നെ അഭ്യാസ മുറകൾ ശീലിക്കാതെ പ്രാണായാമം ചെയ്യാൻ പഠിക്കുന്നത് അയുക്തമാണ് എന്നത് അവിതർക്കിതമായ കാര്യമാണ്. ചിട്ടയായ പ്രാണാ യാമം വഴി ഒരുവന്റെ ശാരീരിക മാനസിക ശക്തികളെ സാദ്ധ്യതയ്ക്ക പുറത്തേക്ക് വികസിപ്പിക്കുന്നതിനും അരോഗദൃഢമായ മനസ്സിനെയും ശരീരത്തെയും വാർത്തെടുക്കുന്നതിനും തന്റെ പ്രവൃത്തിമണ്ഡലം വിക സിപ്പിച്ചെടുക്കുന്നതിനും സാധിക്കുമെന്ന് ബോദ്ധ്യമായിട്ടുണ്ട്. ഏത് വിഷ യത്തെയും ഉൾക്കൊള്ളുവാനും നിർണ്ണായക ഘട്ടങ്ങളിൽ പ്രതിസന്ധി കളെ മറികടക്കാനും മനസ്സിന് കരുത്ത് നല്കുന്നതാണ് പ്രാണായാമ ത്തിന്റെ ഔത്സുക്യത. ചഞ്ചല മനസ്സിനുടമയായ മനുഷ്യനെ പൂർണ്ണ സ്വസ്ഥതയിലേക്ക് എത്തിക്കാൻ ഇതിന് കഴിയും. ഉറക്കക്കുറവ്, മസ്തി ഷ്കത്തിൽ ഉണ്ടാവുന്ന മുഴകൾ, മൈഗ്രെയ്ൻ, മാനസികരോഗങ്ങൾ, ഷുഗർ, ഹൈപ്പർടെൻഷൻ, കൊളസ്ട്രോൾ തുടങ്ങി സർവ്വരോഗങ്ങ ളെയും യഥാവിധി പ്രകാരമുള്ള പ്രാണായാമങ്ങൾകൊണ്ട് മാറ്റുവാൻ കഴി യുമെന്ന് തെളിഞ്ഞിട്ടുണ്ട്.

പ്രാണവായുവിനെ ഉള്ളിലേക്ക് എടുക്കുന്നതിന് പൂരകമെന്നും പുറന്ത ള്ളുന്നതിന് രേചകമെന്നും പിടിച്ചു നിർത്തുന്നതിന് കുംഭകമെന്നും വിശേ ഷിപ്പിച്ചിട്ടുണ്ട്. പൂരകാന്തരം നിർത്തുന്ന വായു (ഓക്സിജൻ) ശ്വാസ കോശം വഴി ഹൃദയത്തിലൂടെ അശുദ്ധ രക്തത്തെ ശുദ്ധരക്തമാക്കി മാറ്റി ഓരോ കോശങ്ങളിലും എത്തിക്കുകയും രക്തത്തിൽ അടിഞ്ഞുകൂടിയ മാലിന്യങ്ങളെ (കാർബൺ ഡയോക്സൈഡ്) നിശ്വാസത്തിലൂടെ ശ്വാസ കോശം വഴി പുറന്തള്ളുകയും ചെയ്യുന്ന ശാസ്ത്രീയരീതിയാണ് ഇവിടെ നടപ്പിലാക്കുന്നത്. ശരാശരിയിൽ കവിഞ്ഞുള്ള ഈ മാലിന്യ നിർമ്മാർ ജ്ജനം ദിവസം 24 മണിക്കൂറിൽ കേവലം 1 മണിക്കൂർ വരെ ചെയ്താൽ സാധിക്കുന്നതാണ്. ബാക്കിയുള്ള 23 മണിക്കൂറുള്ള ശരീരവ്യവസ്ഥകൾ പ്രവർത്തിക്കുന്നത് സ്വാഭാവികമായ രീതിയിലായിരിക്കും. ഓക്സിജൻ രക്തത്തിൽ ലയിക്കുന്നതിനുള്ള തീവ്രമായ രീതിയാണ് സഹിതകുംഭകം. കേവലകുംഭകം വേറെയുമുണ്ട്. പൂരകാന്തരമുള്ള കുംഭകത്തെ അന്തര കുംഭകമെന്നും, രേചകാന്തരമുള്ള കുംഭകത്തെ ബഹിർ കുംഭകമെന്നും വിളിക്കാറുണ്ട്. അന്തർകുംഭകം മനസ്ഥൈര്യവും ധൈര്യവും മനോദുഃഖ മകറ്റുന്നതിനും ബഹിർ കുംഭകം മനഃശാന്തിയുണ്ടാകുന്നതിനും സഹാ യിക്കുന്നു. ശാരീരിക മാനസിക ശക്തിയുടെ ഉയർച്ചയ്ക്കനുസരിച്ച് കൂടു

തൽ പ്രാണമാത്രകളെ ഉൾക്കൊള്ളാനും മാലിന്യങ്ങളെ പുറന്തള്ളുവാ
നുമുള്ള കഴിവ് വികസിപ്പിച്ചാണ് അനാരോഗ്യം കൈവരുത്തുന്നത്.
ആദ്യഘട്ടങ്ങളിൽ സമവൃത്തപ്രാണായാമരീതിയും വൈദഗ്ദ്ധ്യം നേടി
യാൽ വിഷമവൃത്തപ്രാണായാമവും സ്വീകരിക്കുന്നു. ഒരേ ദൈർഘ്യത്തി
ലുള്ള പൂരകരേചകങ്ങളാണ് സമവൃത്തപ്രാണായാമം. നിശ്ചിതകാലയ
ളവിന് ശേഷമുള്ള ഈ അഭ്യാസത്തിന് ശേഷം അല്പമാത്രമായുള്ള
കുംഭകരീതികൾ പരിശീലിപ്പിക്കാവുന്നതാണ്. സമവൃത്ത പൂരകരേചക
ങ്ങളുടെ പരമാവധി ആയതിനുശേഷം സമവൃത്ത പൂരക കുംഭകരേചക
ങ്ങൾ ബന്ധമുദ്രകളോടെ അനുഷ്ഠിക്കാവുന്നതാണ് (1:1:1) ബന്ധമുദ്ര
കൾ അനുഷ്ഠിച്ചില്ലെങ്കിൽ സെൻട്രൽ നർവസ് സിസ്റ്റത്തെ പിൽക്കാലത്ത്
ബാധിക്കാനിടയുണ്ട് എന്നതാണ് ഇതിലെ യുക്തിയുക്തത. അല്പമാ
ത്രയിലുള്ള കുംഭകരീതികൾ എല്ലാ കാലത്തും ചെയ്യാവുന്നതും
യാതൊരു പ്രയാസവും സൃഷ്ടിക്കുന്നവയുമല്ല എന്ന് സൂചിപ്പിക്കുന്നുണ്ട്.

എപ്പോഴാണോ സാധകൻ വിഷമവൃത്ത പ്രാണായാമത്തിൽ പ്രവേ
ശിക്കുന്നത് (1:2) അപ്പോഴാണ് ശാരീരിക മാലിന്യനിർമ്മാർജ്ജനം പൂർണ്ണ
മായും പുറന്തള്ളാൻ ശരീരം പ്രാപ്തമാകുന്നത്. കഠിനമനസ്സിനുടമകൾക്ക്
മാത്രമേ ഇത്തരം രീതികൾ അവലംബിക്കാനാവൂ. വിഷമവൃത്തപ്രാണാ
യാമത്തിന്റെ പരമാവധി അനുപാതത്തിൽ പ്രവേശിക്കുന്ന പഠിതാവിന്
അവരക്രമം, മദ്ധ്യമക്രമം, പ്രവരക്രമം എന്നീ അനുപാതത്തിൽ ശ്വസന
രീതികൾ ചെയ്യാവുന്നതാണ്. അതായത് പൂരക കുംഭക രേചങ്ങൾ (1:4:2)
യഥാക്രമം അഭ്യസിക്കാൻ സാധിക്കും. അവരക്രമത്തിൽ 5 സെക്കന്റ്
ദൈർഘ്യം പൂരകവും 20 സെക്കന്റ് ദൈർഘ്യവും സംഹിത കുംഭകവും
10 സെക്കന്റ് ദൈർഘ്യം രേചകവും മദ്ധ്യമക്രമത്തിൽ 10:40:20 ഉം പ്രവര
ക്രമത്തിൽ 16:64:32 മാത്രകളും എടുക്കാവുന്നതാണ് അവര–മദ്ധ്യമ–പ്രവര
ക്രമത്തിൽ അഭ്യസിക്കുന്ന പ്രാണായാമത്തിന് ശരീര പഥ്യവും ഭക്ഷണ
പഥ്യവും ബ്രഹ്മചര്യവും ആവശ്യമാണെന്ന് അനുശാസിക്കുന്നുണ്ട്. നിര
ന്തര സാധകത്തിലൂടെ പടിപടിയായി പ്രാണായാമത്തിന്റെ ഉച്ചാവസ്ഥ
യായ പ്രവരക്രമത്തിൽ എത്തുക എന്നാണ് ശാസ്ത്രീയമായ പ്രാണാ
യാമ പരിശീലന പദ്ധതി. നൂറ് കണക്കിന് പ്രാണായാമങ്ങൾ കണ്ടുപിടി
ക്കപ്പെട്ടിട്ടുണ്ട്. അഷ്ടാംഗയോഗയിൽ പ്രതിപാദിച്ചിട്ടുണ്ട് സൂര്യഭേദകം,
ഉജ്ജായി, ശിൽക്കാരി, ശീതളി, ഭ്രമരി, ഭസ്തിക, പ്ലാവനി, മൂർച്ച എന്നിവ
അഷ്ടകുംഭകഭേദങ്ങളാണ്. ഇതിനുപുറമെ സാധാരണക്കാരന് പ്രാപ്യമാ
ക്കാവുന്ന കഫാലഭാതി, നാഡിശുദ്ധി അനുലോമവിലോമം, സൂര്യ അനു
ലോമം, ചന്ദ്രഅനുലോമം, ധൗതി, പ്രാണായാമം, സദന്ത പ്രാണായാമം,
നാദഅനുസന്താന പ്രാണായാമം, മുദ്രപ്രാണായാമങ്ങൾ തുടങ്ങി പ്രസി
ദ്ധങ്ങളായ നിരവധി പ്രാണായാമങ്ങൾ അത്ഭുതാവഹമായ ഫലപ്രാപ്തി
യുണ്ടാക്കുമെന്ന് കണ്ടെത്തിയിട്ടുണ്ട്.

യോഗയുടെ ചരിത്രം

ഗോപൻ ജെ എസ്

(സ്റ്റേറ്റ് ഫാക്കൽട്ടി, ചേതന യോഗ)

പ്രാചീന ഭാരതത്തിലെ ഒരു പ്രധാന ദർശനമാണ് യോഗ. അത് ആരോഗ്യകരമായ ജീവിതത്തിന്റെ കലയും ശാസ്ത്രവുമാണ്. യോഗ ദർശന ചിന്തകൾ ആദ്യമായി ഉടലെടുത്തത് വേദങ്ങൾക്ക് മുൻപാണെന്നും ആര്യന്മാർക്കുമുമ്പുണ്ടായിരുന്ന ആദിമനിവാസികളിൽ നിന്നുമാണ് വൈദി കകാലത്തെ യോഗസാധനകളുടെ ഉത്ഭവം എന്നും പണ്ഡിതന്മാർ അഭി പ്രായപ്പെട്ടിട്ടുണ്ട്. ശരീരത്തിന്റെയും മനസ്സിന്റെയും ചില സവിശേഷങ്ങ ളായ അഭ്യാസങ്ങളും നിയന്ത്രണങ്ങളും ആണ് യോഗയുടെ ആദ്യരൂപം. പ്രാകൃതമായ വിശ്വാസങ്ങൾ കാലക്രമേണ പരിഷ്കരിച്ച രൂപം ധരിച്ചി ട്ടുണ്ട്. ബി സി രണ്ടാം നൂറ്റാണ്ടിലെ പ്രാചീന ഭാരതീയ തത്ത്വചിന്തക നായ പതഞ്ജലി മഹർഷിയാണ് യോഗദർശനത്തിന്റെ പ്രാണേതാവ് എന്ന് വിശ്വസിക്കപ്പെടുന്നു. പതഞ്ജലിയാണ് *യോഗസൂത്രം* എന്ന ആധി കാരിക ഗ്രന്ഥത്തിന്റെ കർത്താവ്. യോഗ പരിശീലനത്തിലൂടെ നാം ലക്ഷ്യ മിടുന്നത് ആരോഗ്യ സംരക്ഷണമാണ്. യോഗയെ ലോകമാകമാനം പ്രച രിപ്പിക്കുന്നതിന് മുഖ്യ പങ്കു വഹിച്ച ആധുനിക ആചാര്യന്മാരിൽ പ്രമു ഖരാണ് സ്വാമി ശിവാനന്ദ കൃഷ്ണമാചാര്യ, ശ്രീ കുവലയാനന്ദ യോഗേന്ദ്ര, അരബിന്ദോ, മഹർഷി മഹേഷ് യോഗി, ആചാര്യ രജനീഷ്, പട്ടാഭി ജോയിസ്, ബി കെ എസ് അയ്യങ്കാർ മുതലായവർ.

യോഗയുടെ ഉത്ഭവത്തെക്കുറിച്ച് ചരിത്രപരമായി നോക്കിയാൽ യോഗയ്ക്ക് സിന്ധു നദീതട സംസ്കാരത്തോളം പഴക്കം ഉണ്ട്. 1921 ൽ പ്രസിദ്ധ ചരിത്രഗവേഷകനായ സർ ജോൺ മാർഷൽ നടത്തിയ ഗവേ ഷണത്തിൽനിന്നും മൊഹഞ്ചദാരോവിലും ഹാരപ്പയിലും കണ്ടെത്തിയ പത്മാസനത്തിന്റെയും ഉഡിയാനസന്ധത്തിന്റെയും ശില്പങ്ങൾ, യോഗയ്ക്ക് 8000 വർഷം പഴക്കമുണ്ടെന്ന് കണ്ടെത്തിയിട്ടുണ്ട്. രാജസ്ഥാ

നിൽനിന്നും യോഗസമാധിയിലുള്ള അസ്ഥികൂടം കണ്ടെടുത്തിട്ടുണ്ട്. ഈ അസ്ഥികൂടത്തിന്റെ കാലം സിന്ധു സംസ്കാരത്തിന് തൊട്ടു പിന്നാലെയാണ്. ഇതുകൊണ്ട് സിന്ധു പ്രദേശങ്ങളിൽനിന്നും കണ്ടെ ടുത്ത മുദ്രകളിലും മറ്റും യോഗാസനങ്ങൾ തന്നെയാണുള്ളതെന്നു നമുക്ക് സ്ഥിരീകരിക്കാം സിന്ധു നദീതട സംസ്കാരം നിലനിന്നിരുന്ന കാലത്തും യോഗ അഭ്യസിച്ചിരുന്നു. യോഗാസനങ്ങളെ സൂചിപ്പിക്കുന്ന മുദ്രകളും പ്രതിമകളും സിന്ധു നദി പ്രദേശങ്ങളിൽനിന്നും കണ്ടെടുത്തിട്ടുണ്ട്. സിന്ധു നദീതട സംസ്കാരം അസ്തമതിച്ച ശേഷം നിലവിൽ വന്ന സ്മാര കങ്ങളിലും മറ്റും യോഗാസനങ്ങൾ അലങ്കാരങ്ങളായി കൊത്തിവച്ചിട്ടു ണ്ട്. ഉജ്ജയിനിയിലെയും ഗുജറാത്തിലെയും പ്രാചീന നാണയങ്ങളിലും യോഗാസനത്തിലിരിക്കുന്ന മുദ്രകളുണ്ട്. ബി സി 2700 മുതൽ ഭാരത ത്തിൽ യോഗ നിലനിന്നിരുന്നു എന്നതിനുള്ള ചരിത്രപരമായ തെളിവു കൾ ലഭിച്ചിട്ടുണ്ട്. വേദങ്ങൾ, ഉപനിഷത്തുക്കൾ, പുരാണങ്ങൾ. ബുദ്ധ മതം, ജൈനമതം, സ്മൃതികൾ എന്നിവയിലൂടെയാണ് ഈ കാലഘട്ട ത്തിലെ യോഗ പരിശീലനത്തെക്കുറിച്ചും അതുമായി ബന്ധപ്പെട്ട സാഹി ത്യത്തെക്കുറിച്ചും നമുക്ക് സൂചനകൾ ലഭിക്കുന്നത്. ബി സി 500 മുതൽ എ ഡി 800 വരെയാണ് യോഗയുടെ സുവർണ്ണ കാലഘട്ടമായി കണക്കാ ക്കുന്നത്. യോഗസൂത്രത്തിനു വ്യാസൻ ഭാഷ്യം എഴുതിയത് ഈ കാല ഘട്ടത്തിലാണ്. എ ഡി 800 മുതൽ 1700 വരെയുള്ള കാലഘട്ടത്തിലാണ് നാഥയോഗികൾ ഹഠയോഗയെ ജനകീയവല്ക്കരിച്ചത്. മത്സ്യേന്ദ്രനാഥ്, ഗോരഖ്നാഥ്, ചൗരംഗീ സ്വത്മാറാം, ഘേരണ്ടൻ യാജ്ഞവൽക്യൻ, അമര സിംഹൻ തുടങ്ങിയവരാണ് ഹഠയോഗ പദ്ധതിക്ക് പ്രാധാന്യം നല്കി യത്. 1700 മുതൽ 1900 വരെയുള്ള കാലഘട്ടത്തിലെ പ്രധാന ആചാര്യ ന്മാരായ രമണമഹർഷി മുതൽ വിവേകാനന്ദൻ വരെയുള്ള ആചാര്യന്മാർ രാജ യോഗയുടെ വികസനത്തിനായി അനേകം സംഭാവനകൾ നല്കി യിട്ടുണ്ട്. ഈ കാലഘട്ടത്തിലാണ് ഭക്തിയോഗ, നാഥയോഗ, ഹംസ യോഗ മുതലായവ സമ്പന്നമായത്. ഹംസ യോഗയിലെ പ്രധാന രീതികളാണ് ഗോരക്ഷ ശതകത്തിലെ ഷഡംഗ യോഗ, ഹംസയോഗ പ്രദീപികയിലെ ചതുരംഗ യോഗ, ഘേരണ്ഡ സംഹിതയിലെ സപ്താംഗയോഗ മുതലാ യവ.

ഉപനിഷത്തുക്കളുടെ കാലത്ത് യോഗ ദർശനത്തിനു പല പുതിയ പരിണാമങ്ങളുണ്ടായി. അതിപ്രാചീനമായ മുഖ്യോപനിഷത്തുക്കളിൽ ഒന്നായ ചന്ദോഗ്യോപനിഷത്ത് 8.6.6 കുണ്ഡലിനി യോഗയുടെയും കുണ്ഡ ലിനി ശക്തിയുടെയും ഒരു പ്രാചീന രൂപത്തെക്കുറിച്ച് വിവരിക്കുന്നുണ്ട്. ബൃഹദാരണ്യകോപനിഷത്ത് 2.1.19, കഠോപനിഷത്ത് 6.16, പ്രശ്നോപ നിഷത്ത് 3.6 തുടങ്ങിയ മറ്റു മുഖ്യോപനിഷത്തുക്കളിലും ഇതുപോലുള്ള വിവരണം കാണാം. ഉപനിഷത്തുകൾക്കുശേഷം ബുദ്ധ-ജൈന സമ്പ്ര ദായങ്ങളിലും യോഗാഭ്യാസങ്ങൾക്കു പ്രാധാന്യമുണ്ടായിരുന്നു.

ഷഡ് ദർശനങ്ങൾ എന്ന് വിളിക്കുന്ന ആറ് പ്രാചീന ഭാരതീയ തത്ത്വ

ചിന്തകളിൽ ഒന്നാണിത്. സാംഖ്യത്തോട് പലതരത്തിലും സാമ്യം പുലർത്തുന്ന ഒരു ദർശനമാണിത്. പാശ്ചാത്യലോകത്ത് യോഗ എന്ന പേരിൽ അറിയപ്പെടുന്നത് ഈ സിദ്ധാന്തത്തിന്റെ ആധുനിക രൂപമാണ്. കപിലന്റെ യുക്തിവാദശാസ്ത്രമായ സാംഖ്യവും, യോഗശാസ്ത്രവും ലക്ഷ്യത്തിന്റെ കാര്യത്തിൽ ഒന്നുതന്നെയാണ് പ്രതിപാദിക്കുന്നത്. എന്നാൽ കപിലൻ താത്ത്വികമായി അവതരിപ്പിക്കുന്നത് പ്രായോഗിക മായി നേടാനാണ് പതഞ്ജലി ശ്രമിക്കുന്നത്. സത്യം കണ്ടെത്തിയാൽ മാത്രം പോരാ അത് പ്രാപ്തമാക്കുകയും വേണം എന്ന് അദ്ദേഹം സമർത്ഥിക്കുന്നു. അതിനാൽ താത്ത്വികമായ പഠനവും അതിനൊപ്പം പ്രായോഗികമായ പരിശീലനവും ആവശ്യമാണ് എന്ന് അദ്ദേഹം കണ്ടെത്തി.

ഒരിക്കലും യോഗയെ ഒരു മതത്തിന്റെ ആചാരാനുഷ്ഠാനമായി പൗരാ ണിക ഭാരതീയർ വിശ്വസിച്ചിരുന്നില്ല. വിവിധ മതവിഭാഗങ്ങൾ യോഗയെ പിന്തുടർന്നിരുന്നു. ഇന്ത്യയിൽ തന്നെ സൂഫിമാർഗ്ഗത്തിൽ അഭിരമിച്ചിരു ന്നവർ യോഗ അനുഷ്ഠിച്ചിരുന്നതായാണ് ചരിത്രരേഖകൾ പറയുന്നത്. ചിത്തവൃത്തികളെ അടക്കി നിർത്തി ശരീരവും മനസ്സും തമ്മിൽ ഏകോ പിപ്പിക്കലാണ് യോഗയുടെ ധർമ്മം. യോഗയുടെ സമഗ്ര സമീപനത്തി ലൂടെ ജീവിതത്തിന്റെ നാനാതലങ്ങളിലും വിജയം കൈവരിക്കാനും രോഗ ങ്ങളെ ചെറുക്കുവാനും ആരോഗ്യം സംരക്ഷിക്കുവാനും ജീവിത ശൈലീ രോഗങ്ങളെ നിയന്ത്രിക്കുവാനും സാധിക്കുന്നു.

പൗരാണിക കാലം മുതൽ മനുഷ്യൻ തന്റെ മാനസികവും ശാരീരി കവുമായ ആരോഗ്യത്തെക്കുറിച്ച് ചിന്തിച്ചുതുടങ്ങിയിരുന്നു. അതിന്റെ ഫല മായാണ് ലോകമെമ്പാടും നാനാവിധ ചികിത്സാ സമ്പ്രദായങ്ങളും ആയോധന കലകളും നിലവിൽ വന്നത്.

ശരീരത്തിന്റെ ആരോഗ്യമാണ് മനസ്സിന്റെ ആരോഗ്യമെന്ന് ഇന്നത്തെ ശാസ്ത്രം മാത്രമല്ല പുരാതന ഭാരതീയ പുരാണങ്ങളും ഉപനിഷത്തു കളും കണ്ടെത്തിയിരിക്കുന്നു. ഒർത്ഥത്തിൽ ശരീരവും മനസ്സും അഭേ ദ്യമാംവിധം ബന്ധപ്പെട്ടുകിടക്കുന്നതിനാൽ ശാരീരികമായ അനാരോഗ്യം മനസ്സിനെ പെട്ടെന്ന് ബാധിക്കുകയും അത് ഒരു വ്യക്തിയുടെ ജീവനെ അകാലത്തിൽ കവർന്നെടുക്കുകയും ചെയ്യുന്നു. ഭാരതീയ പൈതൃക ത്തിൽ ആയുർവ്വേദം, പ്രകൃതി ചികിത്സകൾ തുടങ്ങിയവയൊക്കെ ഇതി നെതിരെയുള്ള ഒരു പ്രതിരോധമെന്ന നിലയ്ക്കാണ് വളർന്നുവന്നത്. ഈ കാരണത്താൽ തന്നെ ലോകത്ത് കാർഷിക വൃത്തിയിലും ശാരീരിക ശാസ്ത്രത്തിലും ഭാരതം ധാരാളം സംഭാവനങ്ങൾ നൽകിയതായി കാണാം. നമ്മുടെ പുരാണങ്ങളും ഇതിഹാസങ്ങളും ഇതിന് തെളിവാണ്.

ഇതിന്റെ ചുവടുപിടിച്ചാണ് ഭാരത്തിൽ 'യോഗ' എന്ന ശാരീരിക-മാനസിക ആരോഗ്യത്തിന്റെ പ്രയോഗരീതി വളർന്നുവന്നത്. നമ്മുടെ ഭാര ത്തിൽനിന്നും ചൈനയിലേക്കും ജപ്പാനിലേക്കും അറേബ്യയിലേക്കും ഈ യോഗ കടന്നുചെന്നിട്ടുണ്ട്.

യോഗദർശനത്തിന്റെ ആയിരം വർഷങ്ങൾക്കുശേഷം എ ഡി 800 കാലഘട്ടത്തിലാണ് ഹഠയോഗ എന്ന പുതിയ രീതി ഉരുത്തിരിഞ്ഞത്. യോഗ ആദ്ധ്യാത്മികതയിൽനിന്ന് ഭൗതികതയിലേക്ക് മാറുന്നതിന്റെ തുടക്കം ഇവിടെയാണ്. 1888 ൽ കർണ്ണാടകയിൽ ജനിച്ച ടി കൃഷ്ണമാചാര്യയാണ് യോഗയെ ഉയിർത്തെഴുന്നേല്പിച്ചത്. മൈസൂർ രാജാവായ കൃഷ്ണദേവ വോഡയാർ കാശിയിൽവച്ചു കൃഷ്ണമാചാര്യയെ പരിച യപ്പെടുകയും കൊട്ടാരത്തിലേക്ക് കൂട്ടിക്കൊണ്ടുവരികയും ചെയ്തു. യോഗയ്ക്ക് ഒരു ഔദ്യോഗിക സ്വരം വരുന്നത് അന്നുതൊട്ടു മാത്രമാണ്. ഇന്നു കാണുന്ന രീതിയിലേക്ക് യോഗയെ വ്യാഖ്യാനിച്ചത് അദ്ദേഹം ആണ്. കൃഷ്ണമാചാര്യയുടെ മരണശേഷം സഹോദരൻ ബി കെ എസ് അയ്യങ്കാർ, അദ്ദേഹത്തിന്റെ മകൻ ടി വി കെ ദേശികാചാർ, കെ പട്ടാഭി എന്നിവരാണ് യോഗയെ വിദേശത്ത് എത്തിച്ചത്.

ഇന്ന് വിവിധതരത്തിലുള്ള യോഗ പരമ്പരകൾ കണ്ടുവരുന്നു. ജ്ഞാനയോഗ, ഭക്തി യോഗ, കർമ്മയോഗ, ധ്യാനയോഗ, പതഞ്ജലി യോഗ, കുണ്ഡലിനിയോഗ, ഹംസയോഗ, മന്ത്രയോഗ, രാജയോഗ, ജൈന യോഗ, ബുദ്ധയോഗ മുതലായവ. ഇവയ്ക്കെല്ലാം അതിന്റേതായ ആചാര രീതികളും നിലനില്ക്കുന്നുണ്ട്.

മുദ്ര ചികിത്സ

കെ ഗോവിന്ദൻ

(സ്റ്റേറ്റ് ഫാക്കൽട്ടി ചേതന യോഗ)

മാനവ മസ്തിഷ്കത്തിൽനിന്നും രൂപംകൊണ്ട സുന്ദരവും ലളിത വുമായ ഒരു ചികിത്സാ കലയാണ് മുദ്ര ചികിത്സ (Mudra healing). ഔഷധ രഹിത ചികിത്സകളിൽ പഠിക്കാനും പ്രയോഗിക്കാനും ഏറ്റവും എളുപ്പ മുള്ളതും ഇതു തന്നെ. തികച്ചും സുരക്ഷിതവും ചെലവില്ലാത്തതുമായ ചികിത്സ കൂടിയാണിത്. പ്രാഥമിക വിദ്യാഭ്യാസമുള്ള ആർക്കും ഇത് പഠിക്കാം. പ്രയോഗിക്കാം. മറ്റേത് ചികിത്സാവിധികളുടെ കൂടെയും ഇത് ചേർക്കാം. എങ്കിലും മുദ്ര ചികിത്സ ഏറ്റവും കൂടുതൽ ഫലം തരുന്നത് പ്രകൃതി ചികിത്സയുടെയോ ആയുർവ്വേദ ചികിത്സയുടെയോ കൂടെ ചേർക്കുമ്പോഴാണ്. ഈ ചികിത്സാരീതിയിൽ വിശ്വാസമുണ്ടെങ്കിലും ഇല്ലെങ്കിലും ഒരാൾക്ക് ഇതിന്റെ ഗുണഭോക്താവാകാവുന്നതാണ്.

ജനിതക വൈകല്യങ്ങൾ, അംഗവൈകല്യങ്ങൾ തുടങ്ങിയ ചില രോഗാവസ്ഥകളിൽ മുദ്രചികിത്സയ്ക്ക് കാര്യമായി ഒന്നുംതന്നെ ചെയ്യാ നാവില്ല എന്നുകൂടി ഓർക്കേണ്ടതാണ്.

പ്രപഞ്ചത്തിലെ ഓരോ വസ്തുക്കളും പഞ്ചഭൂതങ്ങളാൽ നിർമ്മിത മാകുന്നു. അവ യഥാക്രമം അഗ്നി, വായു, ആകാശം, പൃഥ്വി, ജലം എന്നി വയാണ്. ഇവയ്ക്ക് ഓരോന്നിനും ശരീരത്തിന്റെ ഘടനയിലും പ്രവർത്ത നത്തിലും വളരെ പ്രധാനമായ സ്ഥാനമുണ്ട്. ഇവയെല്ലാം സന്തുലിത മായി പ്രവർത്തിക്കുമ്പോൾ ഒരാൾക്ക് അനുഭവപ്പെടുന്ന ആനന്ദമാണ് ആരോഗ്യം. അല്ലെങ്കിൽ പഞ്ചഭൂതങ്ങളുടെ അസന്തുലിതാവസ്ഥയാണ് രോഗങ്ങൾ.

പഞ്ചഭൂതങ്ങളെ സന്തുലിതമാക്കുവാനുള്ള നിരവധി മാർഗ്ഗങ്ങളിൽ ഒന്നാണ് മുദ്രചികിത്സ. ഓരോ കൈകളിലെയും അഞ്ചുവിരലുകൾ പഞ്ച ഭൂതങ്ങളെ പ്രതിനിധീകരിക്കുന്നു.

തള്ളവിരൽ	–	അഗ്നി
ചൂണ്ടുവിരൽ	–	വായു
നടുവിരൽ	–	ആകാശം
മോതിരവിരൽ	–	പൃഥി
ചെറുവിരൽ	–	ജലം

മുദ്ര ചികിത്സാനുഭവങ്ങൾ സാക്ഷ്യപ്പെടുത്തുന്നത് വിരലുകളുടെ അഗ്രഭാഗം തള്ളവിരലിന്റെ അഗ്രഭാഗവുമായി സമ്പർക്കത്തിൽ വരുമ്പോൾ ആ വിരൽ പ്രതിനിധാനം ചെയ്യുന്ന മൂലകം വർദ്ധിക്കുവാൻ തുടങ്ങുന്നു. അതുപോലെ വിരലുകളുടെ അഗ്രഭാഗം തള്ളവിരലിന്റെ ചുവടുമായി സമ്പർക്കത്തിൽ വരുമ്പോൾ ആ മൂലകത്തിന്റെ ആധിക്യം കുറയുവാൻ തുടങ്ങുന്നു. ഇതിനെ അടിസ്ഥാനപ്പെടുത്തി വ്യത്യസ്ത മുദ്രകൾ സൃഷ്ടിച്ചുകൊണ്ട് നമുക്ക് ശരീരത്തെ തുലനാവസ്ഥയിൽ എത്തിച്ച് ആരോഗ്യം വീണ്ടെടുക്കുവാനായി കഴിയും.

പഞ്ചഭൂതങ്ങളിൽ തുലനാവസ്ഥ സൃഷ്ടിക്കുന്നതുപോലെ തന്നെ വാത, പിത്ത, കഫാദികളിലും അഞ്ച് വ്യത്യസ്ത പ്രാണവായുക്കളിലും തുലനാവസ്ഥ സൃഷ്ടിക്കുവാൻ മുദ്രകൾക്ക് കഴിയും. മുദ്രകളിലൂടെ ശരീരത്തിന്റെ നഷ്ടപ്പെട്ട തുലനാവസ്ഥ വീണ്ടെടുക്കുന്ന കലയാണ് മുദ്ര ചികിത്സ.

ശിവശക്തി സംവാദമായി അറിയപ്പെടുന്ന തന്ത്രയാണ് മുദ്രയെക്കുറിച്ചുള്ള ആദിഗ്രന്ഥമായി അറിയപ്പെടുന്നത്. കൂടാതെ ഘേരണ്ഡസംഹിത, കലികപുരാണം, ഉപാസനശാസ്ത്രം, നാട്യശാസ്ത്രം ഇവയിലെല്ലാം മുദ്രകളെക്കുറിച്ചുള്ള പഠനങ്ങളുണ്ട്. യോഗശാസ്ത്രത്തിൽ ഹസ്തമുദ്രകൾ കൂടാതെ ശിരോമുദ്രകളും ദേഹമുദ്രകളും ഉണ്ട്. എല്ലാംകൂടെ ആയിരക്കണക്കിന് വരും.

ഇവയിൽ ഹസ്തമുദ്രകളിൽ പെട്ട ലളിതമായ ചില മുദ്രകളാണ് നാം അഭ്യസിക്കുവാൻ പോകുന്നത്. 8 തത്ത്വമുദ്രകൾ, 5 പ്രാണമുദ്രകൾ പിനെ രോഗശമനത്തിന് സഹായിക്കുന്ന ചില മുദ്രകളും. ഇവയുടെ പരിശീലനം തീർച്ചയായും സാധകനെ ഉയർന്ന ആരോഗ്യാവസ്ഥകളിലേക്ക് നയിക്കും. മുദ്രചികിത്സയോടൊപ്പം ആഹാരവിഹാരാദി കാര്യങ്ങളിൽ ശ്രദ്ധയും അതേപോലെ ധ്യാനപരിശീലനവും ആവശ്യമാണ്.

മുദ്ര	പ്രയോജനങ്ങൾ
ജ്ഞാനമുദ്ര തള്ളവിരലിന്റെ അറ്റത്ത് ചൂണ്ടുവിരലിന്റെ അറ്റം ചേർത്ത് അമർത്തി വെക്കുക.	പീനിയൽ ഗ്രന്ഥി, പിറ്റ്യൂറ്ററി ഗ്രന്ഥി, ഹൈപ്പോ തലാമസ് എന്നിവയെ ശക്തിപ്പെടുത്തുന്നു. ശ്രദ്ധ, ഓർമ്മ, ബുദ്ധിശക്തി ഇവ വർദ്ധിപ്പിക്കുന്നു. വിദ്യാർത്ഥികൾക്ക് ഏറെ ഗുണകരം, സരസ്വതി മുദ്ര എന്നും അറിയപ്പെടുന്നു. ടെൻഷൻ

കുറയ്ക്കാൻ ഉത്തമം. ഉറക്കമില്ലായ്മ, തലവേദന, മൈഗ്രേൻ, എന്നിവ ശമിക്കുന്നു. മുഖകാന്തി വർദ്ധിക്കും. തൂക്കം കുറയ്ക്കും. പുകവലി, മദ്യ പാനം തുടങ്ങിയ ദുശ്ശീലങ്ങളിൽനിന്നും മുക്തി തരും. ഇത് മാസ്റ്റർ മുദ്ര എന്ന് അറിയപ്പെടുന്നു. ജീവിത വിജയത്തിന് ഈ മുദ്ര നമ്മെ സഹായി ക്കും.

വായുമുദ്ര

തള്ള വിരലിന്റെ അടി യിൽ ചൂണ്ടു വിരലിന്റെ അറ്റം മുട്ടിച്ച് വെക്കുക

വാതരോഗങ്ങളെ ശമിപ്പിക്കുന്നു. ഇതൊരു നാച്ചുറൽ പെയിൻ കില്ലർ ആണ്. അസിഡിറ്റി, നെഞ്ചെരിച്ചിൽ, ഛർദ്ദി ഇവ ശമിപ്പിക്കും. രക്ത ക്കുഴലുകളിലെ തടസ്സങ്ങളെ നീക്കുന്നു. Angina Pectoris ന് ഉത്തമം. പാർക്കിൻസൺ രോഗം, പോളിയോ, പക്ഷാഘാതം എന്നിവയ്ക്ക് ആശ്വാസം തരും. ഊരവേദന, സ്പോണ്ടി ലൈറ്റിസ് ഇവ മാറും. വെരിക്കോസ് വെയിൻ ശമിക്കും. 15 മിനിട്ട് വീതം 3 നേരം ചെയ്യുക. സ്പോണ്ഡിലൈറ്റിസ് ഉള്ളവർ മറുകൈ ഈ മുദ്രയിൽ ഇരുവശത്തേക്കും തിരിക്കുക.

ആകാശമുദ്ര

നടുവിരലിന്റെ അറ്റം തള്ളവിരലിന്റെ അറ്റത്ത് അമർത്തിവെക്കുക

കേൾവി സംബന്ധമായ പ്രശ്നങ്ങൾ മാറുന്നു ശ്രവണശേഷി കൂട്ടുന്നു. ചെവി ചോർച്ച മാറ്റുന്നു ബുദ്ധിഭ്രമം മാറ്റുന്നു. കാൽസ്യം ന്യൂനത മാറ്റി അസ്ഥികളെ ശക്തിപ്പെടുത്തുന്നു. Osteoporosic ആർത്തവവിരാമത്തിന് ശേഷമുള്ള അസ്ഥിനാ ശത്തെ തടയുന്നു.

ശൂന്യമുദ്ര

നടുവിരൽ തള്ളവിര ലിന്റെ അടിയിൽ മുട്ടിക്കുക.

രക്തപ്രവാഹത്തെ മെച്ചപ്പെടുത്തി Numbness മാറ്റുന്നു. ശ്രവണരോഗങ്ങൾക്ക് ആകാശ് മുദ്ര മാത്രം മതിയാകില്ല. ശൂന്യമുദ്ര കൂടി ചെയ്യണം. ചിലപ്പോൾ ബധിരത തന്നെ മാറിയേക്കാം. ചെവിക്കായം പോകും. മോണരോഗങ്ങളെ ശമിപ്പിക്കും. കണ്ശുദ്ധി വരുത്തി ശബ്ദത്തെ മൃദുവാക്കും.

പൃഥി മുദ്ര

മോതിര വിരലിന്റെ

ശരീരത്തെ പുഷ്ടിപ്പെടുത്തുന്നു. ശരീരഭാരത്തെ കൂട്ടുന്നു. വിറ്റാമിൻ ഡെഫിഷൻസി മാറ്റും.

അറ്റം തള്ള വിരലിന്റെ അറ്റത്ത് മുട്ടിക്കുക.	A wonderful tonic. ഉയരം തൂക്കം എന്നിവ കൂടും. രുചി കൂട്ടും. ദഹന ശക്തി വർദ്ധിക്കും. ജലദോഷം, ചുമ എന്നിവ ശമിക്കും. ശരീരത്തിന് നവോന്മേഷം തരും. Most powerful Mudra of Mudra Therapy.

സൂര്യ മുദ്ര

മോതിര വിരലിന്റെ അറ്റം തള്ള വിരലിന്റെ താഴെ മുട്ടിക്കുക.

തണുപ്പ് അനുഭവപ്പെടുന്ന ആളുകൾക്ക് ഗുണകരം, കൈകാലുകൾ തണുത്തിരിക്കുന്ന അവസ്ഥയ്ക്ക് പരിഹാരം. പൊണ്ണത്തടി കുറയ്ക്കും. 2 നേരം ചെയ്യുക. അല്പദിവസത്തിനകം തൂക്കം കുറയുന്നത് കാണാം. അമിതവണ്ണം കാരണമുള്ള പ്രമേഹം, ബി പി, മലബന്ധം ഇവ ശമിക്കുന്നു. ബ്ലഡ് യൂറിയ കുറയ്ക്കാനും ലിവർ രോഗങ്ങൾ മാറ്റാനും ഗുണകരം. LDL കുറയ്ക്കും. കാഴ്ചശക്തി കൂട്ടും. തിമിരം കുറയും. തൈറോയ്ഡ് പ്രശ്നങ്ങൾ മാറും. 15 മിനിട്ടിൽ കൂടുതൽ ചെയ്യരുത്. നടന്ന് ചെയ്യരുത്. മെലിഞ്ഞവർ ചെയ്യരുത്.

ഇന്ദ്രമുദ്ര

ചെറുവിരലിന്റെ അറ്റം തള്ള വിരലിന്റെ അറ്റത്ത് മുട്ടിക്കുക.

Good for blood circulation. മുഖസൗന്ദര്യം വർദ്ധിക്കുന്നു. ഡ്രൈ സ്കിൻ തുടങ്ങിയ ത്വക്ക് രോഗങ്ങൾ ശമിക്കുന്നു. ഡി ഹൈഡ്രേഷന് ഗുണകരം. ശോഷിച്ച കുട്ടികൾക്ക് പുഷ്ടി വർദ്ധനവുണ്ടാക്കുന്നു Urinary/Kidney രോഗങ്ങൾ ശമിക്കുന്നു. പനി കാരണം വായിലെ കയ്പ് മാറ്റാൻ ഈ മുദ്രയ്ക്ക് സാധിക്കും. Burning of eyes സൂര്യതാപം കുറയ്ക്കും. Acidity കുറയ്ക്കും. വേനൽമുദ്ര, ബോധക്ഷയം മാറ്റാൻ ഉപകരിക്കും. മസിലുപിടുത്തം മാറും.

വരുൺ മുദ്ര

ചെറുവിരൽ തള്ളവിരന്റെ താഴെ മുട്ടിക്കുക.

Dropsy Pleurisy മാറ്റുന്നു. ശരീരത്തിലുള്ള വീക്കം ശമിപ്പിക്കുന്നു. It reduces excess water in the blood. Humid cough, humid Astma, Sinusitis, running nose എന്നിവ മാറും. മന്ത് മാറും (Fileria & elephantatis)

PRANIK MUDRAS

മുദ്ര	പ്രയോജനങ്ങൾ
പ്രാണമുദ്ര ചെറുവിരലും മോതിര വിരലും തള്ള വിരലിന്റെ അറ്റത്ത് മുട്ടിക്കുക.	ഹൃദയം, ശ്വാസകോശം എന്നിവ ബലപ്പെടുന്നു രക്തധമനികളിലെ തടസ്സം നീക്കുന്നു. പ്രാണ ശക്തി വർദ്ധിപ്പിക്കുന്നതിനാൽ പ്രതിരോധശേഷി കൂടുന്നു. കാഴ്ചശക്തി വർദ്ധിക്കും. ഈ മുദ്രയും ജ്ഞാനമുദ്രയും മാറി മാറി ചെയ്താൽ Insomania മാറും. തളർച്ച (Paralysis) മാറും. ശ്വസനേന്ദ്രിയരോഗങ്ങൾ മാറും. ആത്മവി ശ്വാസം വർദ്ധിക്കും. ജ്ഞാനമുദ്രയും പ്രാണമു ദ്രയും എത്രസമയം വേണമെങ്കിലും ചെയ്യാം. ഇത് ശരീരത്തെ നിരന്തരം ഒരു ഡൈനാമോ പോലെ ഊർജ്ജസ്വലമാക്കും.
അപാനമുദ്ര നടുവിരലും മോതിര വിരലും തള്ള വിരലിന്റെ അറ്റത്ത് മുട്ടിക്കുക.	വിഷ വിസർജ്ജനത്തിന് ശരീരത്തെ സഹായി ക്കുന്നു. മലബന്ധം മാറുന്നു. ഉദരരോഗങ്ങൾ മാറും. അമിതാഹാരംകൊണ്ടുള്ള ബുദ്ധിമുട്ടു കൾ ഈ മുദ്ര ചെയ്താൽ മാറും. എല്ലാ മൂത്രാ ശയരോഗങ്ങളും Colitis, Piles, Constipation മാറും. Impotency മാറും. Normal delivery, ആർത്തവ പ്രശ്നങ്ങൾ മാറും
വ്യാനമുദ്ര ചൂണ്ടുവിരൽ, നടുവിരൽ തള്ളവിരലിന്റെ മുകളിൽ മുട്ടിക്കുക.	ഹൃദയത്തെയും ശ്വാസകോശത്തെയും ശക്തി പ്പെടുത്തുന്നു. ബി പി ക്ക് ഏറ്റവും ഉത്തമം. ദിവസം രണ്ടുനേരം മുപ്പത് മിനിട്ട് വീതം ഇത് ചെയ്താൽ മതി. വാത പിത്ത കഫത്തെ തുലനപ്പെടുത്തുന്നു.
ഉദാന മുദ്ര ചെറുവിരൽ ഒഴികെ ബാക്കി നാലു വിരലും ചേർത്ത് വെക്കുക.	തൈറോയ്ഡ് പ്രശ്നങ്ങൾ മാറും. ഓർമ്മശക്തി, ബുദ്ധിശക്തി ഇവ വർദ്ധിക്കും. തൊണ്ട മുതൽ തല വരെയുള്ള പ്രശ്നങ്ങൾ മാറും. Concentration, Meditation ഇവയ്ക്ക് ഏറ്റവും ഉത്തമം. തൈ റോയ്ഡ് പ്രശ്നങ്ങൾക്ക് ഉദാന മുദ്രയെ മറക്കാ തിരിക്കുക.

സമാനമുദ്ര

എല്ലാ വിരലുകളും
ചേർത്ത് വെക്കുക.

മുകൾ മുദ്ര എന്നും അറിയപ്പെടുന്നു. പ്രാണിക് മുദ്രകളിൽ ഏറ്റവും ശക്തിയേറിയതായി കരുതപ്പെടുന്നു. വേദനയുള്ള രോഗഗ്രസ്തമായ ഭാഗങ്ങളിൽ സാവധാനം ഈ മുദ്രകൊണ്ട് തടവുക (Rotate) Brings Happiness, Prosperity, and Bliss. Useful mudra for politicians; ഒരു നേരം 5 മിനിട്ട് ചെയ്താൽ മതി. ദിവസം അഞ്ചു തവണ ചെയ്യുക.

"നാസ്തി മുദ്ര സം കിഞ്ചിത്ത്
സിദ്ധിധാം – സ്ഥിതി മണ്ഡല"
(മുദ്രയോളം ഫലം സിദ്ധിക്കുന്നതൊന്നും ഭൂമിയിലില്ല)

യോഗയും മാനസിക സമ്മർദ്ദവും

സുഭാഷ് ഇ ആർ

(സ്റ്റേറ്റ് ഫാക്കൽട്ടി ചേതന യോഗ)

മാനസിക ആരോഗ്യം ഉള്ളവർക്ക് ആത്മവിശ്വാസം, നല്ല ചിന്തകൾ, സന്തോഷം ഇവയെല്ലാം ഉണ്ടാകും. നിസ്സാര കാര്യങ്ങൾക്കു മാനസിക സമ്മർദ്ദം, എന്തു ചെയ്താലും ശരിയായില്ലെന്ന് തോന്നൽ, ഒരു കാര്യ ത്തിനും ഉറപ്പില്ലാതെ വ്യക്തമായൊരു തീരുമാനമെടുക്കാൻ സാധിക്കാതെ വരിക, ആത്മവിശ്വാസക്കുറവും ധൈര്യവും ഇല്ലാതെ ദേഷ്യപ്പെടുകയോ സങ്കടപ്പെടുകയോ കരയുകയോ ചെയ്യുക ഇതെല്ലാമാണ് മാനസിക സംഘർഷം അഥവാ മനസ്സിന്റെ പിരിമുറുക്കത്തിന്റെ ലക്ഷണങ്ങൾ. നേരി ടുന്ന ഏതെങ്കിലും പ്രശ്നത്തെക്കുറിച്ച് മനസ്സ് നിരന്തരം സംഘർഷഭരി തമാകുമ്പോൾ, അത് ദൈനംദിന ജീവിതത്തെ ബാധിക്കാൻ തുടങ്ങു മ്പോൾ, ആ വ്യക്തി മനസ്സിന്റെ പിരിമുറുക്കത്തിനു വിധേയമായി എന്ന് കരുതാം. എല്ലാ രംഗത്തും മത്സരം ഉടലെടുക്കുകയും സമൂഹം സ്വാർത്ഥ തയിലേക്ക് വഴിമാറുകയും ചെയ്തതോടെയാണ് മാനസിക ആരോഗ്യം ഇല്ലാത്ത ഒരു സമൂഹം ഉടലെടുക്കുന്നത്.

കൂടുതൽ ശ്വാസം ഉള്ളിലേക്കെടുക്കുമ്പോൾ അധികതോതിൽ ഓക്സിജൻ ശ്വാസകോശത്തിലെത്തുകയും അത് ശരീരകോശങ്ങളി ലെത്തി കോശങ്ങളുടെ പ്രവർത്തനം ത്വരിതപ്പെടുത്തുന്നു. യോഗയിലൂ ടെയും പ്രാണായാമം പോലുള്ള ശ്വസന വ്യായാമത്തിലൂടെയും മനസ്സിന് വിശ്രാന്തി ലഭിക്കുമെന്ന് പറയുന്നതിന് പിറകിലെ ശാസ്ത്രം ഇതാണ്. മാനസിക സമ്മർദ്ദങ്ങൾ വ്യക്തിജീവിതങ്ങളെ കലുഷമാക്കുന്ന ഈ കാലത്ത് ശാരീരിക രോഗങ്ങളേക്കാൾ മാനസിക രോഗങ്ങളും മാനസിക പ്രശ്നങ്ങൾ മൂലമുണ്ടാകുന്ന ശാരീരിക രോഗങ്ങളുമാണ് ഇന്ന് കൂടുത ലായി കണ്ടുവരുന്നത്. കുടുംബത്തിനുള്ളിലും തൊഴിലിടങ്ങളിലുമുണ്ടാ കുന്ന പ്രശ്നങ്ങളെ അതിജീവിക്കാനാവാതെ വലയുന്നവരും ലഹരി ഉപ

യോഗങ്ങൾക്ക് അടിമപ്പെട്ടവരും ഇന്ന് യോഗയിലൂടെ ആശ്വാസം കണ്ടെ
ത്തുന്നു. ജീവിതത്തിൽ ഒരിക്കൽപ്പോലും മാനസിക സമ്മർദ്ദങ്ങൾ അനു
ഭവിക്കാത്തവരില്ല. എല്ലാവരിലും പ്രകടമായ രോഗലക്ഷണങ്ങൾ കണ്ടു
വരുന്നില്ല എന്നുമാത്രം. ഇത് സർവ്വസാധാരണമാണെങ്കിലും അത്ര നിസ്സാ
രമായി തള്ളാൻ കഴിയുന്നതല്ല. ഇന്ന് കാണുന്ന എല്ലാ രോഗത്തിനു
പിന്നിലും ഒരു തരത്തിലല്ലെങ്കിൽ മറ്റൊരുതരത്തിൽ മാനസിക സമ്മർദ്ദ
ങ്ങൾക്ക് പങ്കുണ്ട്. ശാരീരികമോ മാനസികമോ ആയ പല മാറ്റങ്ങളും
മാനസിക സമ്മർദ്ദത്തിന്റെ ഫലമായി സംഭവിക്കുന്നു. ഓരോ വ്യക്തിയും
സദാസമയവും വിജയത്തിനായി പരിശ്രമിച്ചുകൊണ്ടിരിക്കുന്നു. പരിശ്ര
മങ്ങൾക്കിടയിൽ തടസ്സങ്ങൾ നേരിടേണ്ടിവരുന്നു. ചിലർ തടസ്സങ്ങളോട്
വേഗത്തിൽ പൊരുത്തപ്പെടുന്നു. ചിലരാകട്ടെ ഒരിക്കലും പൊരുത്തപ്പെ
ടുവാൻ കഴിയാതെ ദുഃഖത്തിലും നിരാശയിലും കാലം കഴിക്കും. അശുഭ
ചിന്തകളുടെ ഫലമായി കോപവും ഭയവുംമൂലം അഡ്രിനൽ ഗ്രന്ഥിക്കു
ണ്ടാകുന്ന ഉത്തേജനവും തന്മൂലം ശരീരത്തിൽ വരുന്ന മാറ്റങ്ങളും എല്ലാ
വൈദ്യശാഖകളും അംഗീകരിക്കുന്നുണ്ട്. ആധുനിക മനുഷ്യന്റെ ജീവിത
സാഹചര്യങ്ങൾ സദാ സമ്മർദ്ദങ്ങൾക്കും ക്രോധത്തിനും വിധേയമാണ്.
അതിനാൽ സൂക്ഷ്മശരീരത്തിൽ എല്ലാ സമയത്തും രോഗാവസ്ഥ ഉണ്ടാ
യിക്കൊണ്ടിരിക്കും. ഈ സമ്മർദ്ദങ്ങളെ നേരിടുവാൻ സഹായിക്കുന്നത്
കോർട്ടിസോൺ പോലുള്ള അന്തഃസ്രാവങ്ങളാണ്.

ഏതു തരത്തിലുള്ള മാനസിക സമ്മർദ്ദങ്ങൾക്കും പരിഹാരമായി
യോഗാ ജീവനരീതി മാറുമെന്നത് ലോകം ഇന്ന് അംഗീകരിച്ച സത്യ
മാണ്. ആരോഗ്യരംഗത്ത് കേരളീയരെപ്പോലെ ഇത്രയധികം ശ്രദ്ധ പതി
പ്പിക്കുന്ന മറ്റൊരു ജനവിഭാഗമില്ല. ശാരീരിക ആരോഗ്യത്തിന് നല്കുന്ന
അതേ പ്രാധാന്യം മനസ്സിന്റെ ആരോഗ്യസംരക്ഷണത്തിനും നല്കു
ന്നുണ്ടോ? ഏറ്റവും അധികം സാക്ഷരതയുള്ള, സ്ത്രീ പുരുഷാനുപാത
ത്തിൽ മുമ്പിലുള്ള, കേരളത്തിൽ തന്നെയാണ് ഏറ്റവും അധികം ആത്മ
ഹത്യാ നിരക്കുകൾ കൂടുതലുള്ളത്. വിഷാദരോഗികളുടെ ക്രമാതീത
മായി വർദ്ധിച്ചുകൊണ്ടിരിക്കുന്നത്. ഇതേ നമ്മളിൽ നിന്നുതന്നെയാണ്
വ്യാപകമായ ലഹരി ഉപയോഗത്തിന്റെ കണക്കുകളും പുറത്തുവരുന്നത്.
കേരളം സമീപകാലങ്ങളിൽ താളം തെറ്റുന്ന ജീവിതത്തിന്റെയും മദ്യ
ത്തിന്റെയും മയക്കുമരുന്നിന്റെയും നാടായി മാറിക്കൊണ്ടിരിക്കുകയാണ്.
സ്പെഷ്യൽ മാര്യേജ് ആക്ട് നിലവിൽ വന്നതോടെ വീട്ടുകാരറിയാതെ
വിവാഹങ്ങൾ നടത്തി അതേ വേഗത്തിൽ പിരിയുന്നതും സ്ഥിരം കാഴ്ച
യാണ്. പരസ്പരം കാണാതെ മൊബൈലിൽ ചാറ്റിങ് നടത്തി 75 കാരനെ
കണ്ട് പെൺകുട്ടി ഞെട്ടിയ വാർത്ത അടുത്തിടെയാണ് കേരളത്തിൽ അര
ങ്ങേറിയത്.

മാനസിക സമ്മർദ്ദവും, വ്യക്തിത്വ വൈകല്യങ്ങളും ഒരു സുപ്രഭാ
തത്തിൽ ഉണ്ടാകുന്നതല്ല. അത് കുട്ടി ജനിക്കുന്നതിനു മുമ്പ് തന്നെ ലഭി
ക്കുന്നതാണ്. അല്ലെങ്കിൽ ജീവിത സാഹചര്യങ്ങളിൽനിന്നും ആണ്. ഒരു

പുരുഷ ബീജത്തിലും ഒരു സ്ത്രീ അണ്ഡത്തിലും അവരുടെ കുടുംബ സംസ്കാരം ഇരുപത്തി മൂന്നു ക്രോമസോമുകളിലായി ഏകദേശം രണ്ടു ലക്ഷത്തി മുപ്പതിനായിരം ജീനുകളിലായി ചിതറി കിടക്കുന്നു. ആ കുടുംബ വേരുകളിൽ സംഭവിച്ച മുഴുവൻ നന്മ തിന്മയും രോഗങ്ങളും അങ്ങനെ രഹസ്യ അറകളിൽ പുറം ലോകം കാണാതെ കിടക്കുന്ന ഓരോ കുടുംബവും ഓരോ ബ്രാൻഡുകൾ ആണ്. പുതിയ ഉല്പന്നങ്ങൾ വാങ്ങുമ്പോൾ നാം ആദ്യം ശ്രദ്ധിക്കുന്നത് എന്താണോ അതുപോലെ യാണ് ഓരോ വ്യക്തിയുടെയും മൂല്യവും സ്ഥിരതയും. വൈവാഹിക ജീവിതത്തിലൂടെ രണ്ടു വ്യത്യസ്ത കുടുംബങ്ങളിൽ ഉള്ള വ്യക്തികൾ കൈമാറുന്നത് അവരുടെ കലയും സാഹിത്യവും സംസ്കാരവും പാര മ്പര്യവും ആണ്. അതിൽ നന്മ തിന്മകൾ നിശ്ചയിക്കുന്നത് അവർ വളർന്ന ചുറ്റുപാടുകളും നാട്ടു സംസ്കാരവും ജീവിതരീതികളും പിന്തുടർന്ന മൂല്യ ങ്ങളും അത് ബോധ്യപ്പെടുത്താനും പകരാനും വ്യാപിപ്പിക്കാനും ശ്രമി ക്കുന്നു.

ദാമ്പത്യ പ്രശ്നങ്ങളിൽ 90 ശതമാനവും മനസ്സുമായി ബന്ധപ്പെട്ട തായിരിക്കും. ശാരീരിക മാനസിക പീഡനങ്ങൾ, മദ്യപാനം, മാനസിക രോഗങ്ങൾ, ദേഹോപദ്രവം, സാമ്പത്തിക പ്രശ്നങ്ങൾ, അന്യ സ്ത്രീക ളുമായുള്ള ബന്ധം, ഇന്റർനെറ്റിന്റെ അതിപ്രസരം, കമ്പ്യൂട്ടർ, മൊബൈൽ ഫോണുകളുടെ അമിത ഉപയോഗം, ചാറ്റിങ് ഇത്തരം അനിയന്ത്രിതമായ ടെക്നോളജിയുടെ ഉപഭോഗത്തിന്റെയും കടന്നുകയറ്റങ്ങൾക്കുമിടയി ലാണ് നാമിന്ന് ജീവിക്കുന്നത്. ചെറുപ്പം മുതൽ തന്നെ കുട്ടികളുടെ ആവ ശ്യങ്ങൾ സാധിച്ചു കൊടുത്തും സാധനങ്ങൾ വാങ്ങിക്കൊടുത്തും കുട്ടി കളെ ലാളിച്ചു വളർത്തുന്നു. ഇത് ഭാവിയിൽ പിടിവാശിക്കു കാരണമാ കുന്നു. ആ പിടിവാശി പിന്നെ എല്ലാത്തിനോടും ഉണ്ടാകുന്നു.

സ്ത്രീക്ക് സ്ത്രീയോടും പുരുഷന് പുരുഷനോടും ലൈംഗിക താല്പര്യം തോന്നുക അഥവാ സ്വവർഗ്ഗരതി, കുട്ടികളോട് കൂടുതൽ ലൈംഗിക താല്പര്യമുണ്ടാവുക, ലൈംഗിക വികാരമില്ലായ്മ, രതിയോട് അറപ്പ്, ശീഘ്രസ്ഖലനം എന്നിവയെല്ലാം വിവാഹമോചനത്തിലേക്ക് നയി ക്കുന്നതിനുള്ള സുപ്രധാന കാരണങ്ങളായി എടുത്തു കാട്ടുന്നു.

പിരിമുറുക്കം ഒരു പരിധിയിൽ കൂടുമ്പോൾ ആണ് മാനസികനില തകരുകയും ഒരു പൂർണ്ണ മാനസിക രോഗി ജനിക്കുന്നതും. പിരിമുറു ക്കത്തെ നിയന്ത്രിക്കാൻ യോഗയെപ്പോലെ മറ്റൊന്നില്ല.

മാനസിക സമ്മർദ്ദ സാഹചര്യമുണ്ടാകുമ്പോൾ അതിനെ നേരിടാൻ ആദ്യമായി തലച്ചോറിലെ ലിംബിക് സിസ്റ്റം പ്രവർത്തന നിരതമാകുന്നു. (ഡോപ്പമിൻ, എപിനെഫ്രിൻ, സെറോടോണിൻ) പിറ്റുവേറ്ററി ഗ്രന്ഥി പ്രധാ നപ്പെട്ട അവയവങ്ങൾക്കു സ്ട്രെസിനെ നേരിടാൻ ആവശ്യമായ ഉത്തേ ജക രസങ്ങൾ പുറത്തുവിടുന്നു. ഈ ഹോർമോണുകൾ രക്തത്തിൽ കലർന്ന് തൈറോയിഡ്, അഡ്രീനൽ മെഡുല്ല എന്നീ ഗ്രന്ഥികളിൽ എത്തിച്ചേരുന്നു. ഈ ഗ്രന്ഥികൾ സ്ട്രെസ് നിയന്ത്രണ രാസപദാർത്ഥ

മായ സ്റ്റെറോയിഡ് ഉല്പാദിപ്പിക്കുകയും ഇതും രക്തത്തിൽ കലർന്ന് ലിംബിക് സിസ്റ്റത്തിൽ വീണ്ടും എത്തി പിരിമുറുക്കമുണ്ടാക്കുന്ന നാഡീ പ്രേഷകങ്ങളെ നിർവ്വീര്യമാക്കുന്നു. അപ്പോൾ സ്ട്രെസിനെ നേരിടാൻ മനസ്സിന് ശക്തിയുണ്ടാകുകയും ചെയ്യുന്നു. ഇതാണ് സ്ട്രെസ് സൈക്കിൾ. ദുഃഖം ഉണ്ടാകുമ്പോൾ അതിനെ നേരിടാൻ പുറപ്പെടുവിക്കുന്ന ഹോർമോണാണ് സെറോടോണിൻ. സന്തോഷം ഉണ്ടാകുമ്പോൾ ശരീരത്തിന് സുഖം നല്കാൻ അഡ്രിനൽ ഗ്രന്ഥി പുറപ്പെടുവിക്കുന്ന ഹോർമോണാണ് കോർട്ടിസോൺ. പല യോഗാസനങ്ങളും പ്രാണായാമങ്ങളും ധ്യാനവും ഈ പ്രവർത്തനത്തെ ത്വരിതപ്പെടുത്തി മനസ്സിനെ നിയന്ത്രിക്കാനും സമ്മർദ്ദം കുറയ്ക്കാനും സഹായിക്കുന്നു.

അടുത്തറിയുകയും സ്നേഹിക്കുകയും വിശ്വസിക്കുകയും ചെയ്യുന്നവർ അകന്നുപോകുന്നത് വിവാഹബന്ധം വേർപെടുത്തി ജീവിക്കുമ്പോൾ സ്വാഭാവികമായും ഇത്തരത്തിൽ മാനസിക പ്രശ്നത്തിനടിമപ്പെടാറുണ്ട്. അണുകുടുംബത്തിലാണ് ഏറ്റവും കൂടുതൽ മാനസിക സംഘർഷങ്ങൾ അനുഭവിക്കുന്നത്. അണുകുടുംബത്തിൽ ആണ് ഏറ്റവും കൂടുതൽ മാനസിക വൈകല്യങ്ങൾ ഉള്ള വ്യക്തിത്വങ്ങൾ കൂടുതലും ഉണ്ടാകുന്നത്.

അണുകുടുംബത്തിൽ കുട്ടിക്ക് മാതാപിതാക്കൾ അമിത പരിഗണന കൊടുക്കുന്നത് ഗുണത്തേക്കാൾ ഏറെ ദോഷം പെയ്യുന്നു. കുട്ടി കൂട്ടില ടയ്ക്കപ്പെട്ട പോലെയാകുന്നു. വിദ്യാഭ്യാസം നല്ല മാർക്കു വാങ്ങാനും നല്ല ജോലി സമ്പാദിക്കാനും മാത്രമാണെന്ന് കരുതുന്നു. കുട്ടിക്കാലം മുതൽ ഇതു കുത്തിവയ്ക്കുന്നു. പരീക്ഷയിൽ അരമാർക്കോ കാൽ മാർക്കോ കുറയുമ്പോൾ സഹിക്കാനാവില്ല. അതോടെ ജീവിതം തീർന്നു വെന്ന ചിന്തയാകും പിന്നീട്. ഇത് കുട്ടികളെ കടുത്ത മാനസിക സമ്മർദ്ദ ത്തിലാഴ്ത്തുന്നു. കുട്ടികളിൽ അന്യതാബോധം ശക്തമായി ഉടലെടുത്തു തുടങ്ങി. വീടുകളിൽ മാതാപിതാക്കൾ പരസ്പരം പോരടിക്കുന്നത് കണ്ടു വളരുന്ന കുട്ടി അത് അനുകരിക്കുമെന്ന് മാത്രമല്ല അവരുടെ വൈകാരിക വളർച്ചയേയും പക്വതയേയും ബാധിക്കുകയും ചെയ്യുന്നു. മക്കൾ ആവശ്യപ്പെടുന്നതെല്ലാം വാങ്ങിക്കൊടുക്കുന്നതോ ശാസിക്കാതെയോ ശിക്ഷിക്കാതെയോ വളർത്തുന്നതോ അല്ല നല്ല രക്ഷാകർത്തൃത്വം (Parenting).

സ്വാർത്ഥ താല്പര്യത്തോടെയാണ് ഇന്നത്തെ കുട്ടികൾ വളർന്നു വരുന്നത്. പങ്കുവയ്ക്കലുകളേക്കാൾ എല്ലാം തനിക്കു മാത്രം സ്വന്തമാക ണമെന്ന ഇടുങ്ങിയ ചിന്താഗതി. സ്വന്തം സുഖവും ആഹ്ലാദവും മാത്രം ലക്ഷ്യമാക്കി പ്രവർത്തിക്കുന്നു. വീണ്ടുവിചാരമോ തങ്ങളുടെ പ്രവൃത്തി യുടെ അനന്തരഫലങ്ങളെപ്പറ്റി ചിന്തയോ കൂടാതെ പലതും പെട്ടെന്നു ചെയ്യാൻ ഇവർ പ്രേരിതരാകുന്നു. (ബോഡർ ലൈൻ പെർസോണലിറ്റി ഡിസോർഡർ) പ്രതിസന്ധികൾക്കു മുമ്പിൽ പിടിച്ചുനില്ക്കാൻ അവർക്കാ കുന്നില്ല. (ആത്മഹത്യ പ്രവണത) അണുകുടുംബ വ്യവസ്ഥിതിയിൽ അച്ഛ

നമ്മമാർ കുട്ടികളെ മത്സരിച്ച് സ്നേഹിക്കുന്ന സ്ഥിതിവിശേഷവും അമിത പ്രതീക്ഷ വെച്ചുപുലർത്തുന്നതും അവരുടെ നേട്ടങ്ങൾക്ക് അതീവ പ്രാധാന്യം കൊടുക്കുന്നതും അവരുടെ സഹനശക്തി കുറയ്ക്കുകയും വ്യക്തിത്വ വൈകല്യം ഉള്ളവരായി തീർക്കുകയും ചെയ്യുന്നു.

ടി വി ചാനൽ മാറ്റാൻ റിമോട്ട് കൊടുക്കാത്തതിന്റെ പേരിൽ ആത്മ ഹത്യക്ക് ശ്രമിക്കുന്ന കുട്ടികൾ ചെറിയ കാര്യത്തിൽ പോലും പൊട്ടി ത്തെറിക്കുക, ദേഷ്യം വന്നാൽ കൈയിൽ കിട്ടിയ വസ്തുക്കൾ എറിഞ്ഞു ടയ്ക്കുക. ദേഹോപദ്രവമേല്പിക്കുക. ചുമരിൽ തലയിടിച്ചും തലയ്ക്ക ടിച്ചും മറ്റും സ്വയം പീഡിപ്പിക്കുക തുടങ്ങിയ പ്രശ്നങ്ങൾ ഇത്തരം കുട്ടി കളിൽ ഉണ്ടാകാം.

തന്റെ ഇഷ്ടത്തിനോ സങ്കല്പത്തിനോ വിരുദ്ധമായി മറ്റുള്ളവർ പെരു മാറുന്നത് അവരെ പ്രകോപിപ്പിക്കുന്നു. ഏതെങ്കിലും ഒരു പ്രശ്നത്തെ അഭിമുഖീകരിക്കേണ്ടിവരുമ്പോൾ മാനസിക നില തകരാറിലാകുന്ന അവ സ്ഥ, ഉൽക്കണ്ഠ, വെപ്രാളം, ആശയപരമായ വിയോജിപ്പ്, അശ്രദ്ധ, അസ്വ സ്ഥത, അനാവശ്യമായ ഭയം, തലകറക്കം, തലവേദന, വയറുവേദന, ബോധം നഷ്ടപ്പെടൽ, ശാരീരിക പ്രവർത്തനങ്ങൾ മന്ദീഭവിക്കുക എന്നീ ലക്ഷണങ്ങളും കണ്ടുവരാറുണ്ട്. സ്പഷ്ടമല്ലാത്ത സംഭാഷണം, പരസ്പര ബന്ധമില്ലാത്ത ചിന്ത, എപ്പോഴും അസ്വസ്ഥമായ മനസ്സ് എന്നിവയെല്ലാം മാനസിക ആരോഗ്യ കുറവ് സ്പഷ്ടമാക്കുന്ന ചേഷ്ടകൾ ആണ്. ഇത്തരം പ്രവണത കാട്ടുന്ന അല്ലെങ്കിൽ അത്തരം വ്യക്തിത്വ വൈകല്യങ്ങളിലേക്ക് പോകാതെ ആരോഗ്യപൂർണ്ണമായ ജീവിതം നയിക്കുന്നതിന് ആസന ങ്ങൾ, പ്രാണായാമം എന്നിവ പരിശീലിക്കേണ്ടതാണ്.

ഷഡ്ക്രിയകൾ

ഡോ. സി വിജയൻ

ശരീരം ശുദ്ധീകരിക്കുന്നതിന് ആചാര്യന്മാർ ഉണ്ടാക്കിയ ആറുതരം കർമ്മങ്ങളെ അഥവാ പ്രവൃത്തികളെ ഷഡ്കർമ്മങ്ങൾ എന്ന് പറയുന്നു. ശാരീരികമായും മാനസികമായും ശുദ്ധീകരണത്തിന് ഇവ ആറ് കർമ്മ ങ്ങൾ അത്യന്താപേക്ഷിതമാണ്. ഈ ആറ് പ്രധാനപ്പെട്ട ശുദ്ധീകരണ പ്രക്രിയകൾ ധൗത്രി, വസ്തി, നേതി, ത്രാടകം, നൗളി, കപാലഭാതി എന്നി വയാണ്.

ധൗതി

ധൗതി 3 തരം. ജലധൗതി അഥവാ വമന ധൗതി, വസ്ത്രധൗതി, ദന്തധൗതി.

ജലധൗതി അഥവാ വമന ധൗതി: കുത്തിയിരിക്കുക. ഉപ്പുക ലർത്തിയ ചെറുചൂടുവെള്ളം കുടിക്കാൻ പറ്റുന്നത്ര (ഛർദ്ദിക്കാൻ വരു ന്നതുവരെ) കുടിക്കുക. ശേഷം ആമാശയത്തെ ആകാവുന്നത്ര ചലിപ്പി ക്കുക. നിവർന്ന് നില്ക്കുക. നേരെ മുന്നോട്ടു കുനിഞ്ഞ് ഛർദ്ദിക്കുക. വെള്ളം മുഴുവൻ പുറത്തുപോയി എന്ന് ഉറപ്പാകുംവരെ ഛർദ്ദിക്കുക. ഈ ക്രിയക്ക് കുഞ്ജൻ ക്രിയ എന്നു പറയുന്നു. ആന തുമ്പിക്കൈ കൊണ്ട് വെള്ളം വലിച്ചെടുത്ത് അതുവഴി തന്നെ ചീറ്റിക്കളയുന്നതിനാൽ ഈ ക്രിയക്ക് ഗജകരണി എന്നും പറയുന്നു.

വസ്ത്രധൗതി: ഇത് ഗുരുസന്നിധിയിൽ നിന്ന് മാത്രമേ അഭ്യസി ക്കാവൂ. 7 മീറ്റർ നീളത്തിലുള്ള കോട്ടൺ തുണി ഉപ്പുകലർത്തിയ ചെറു ചൂടുവെള്ളത്തിൽ മുക്കി സാവകാശം വിഴുങ്ങുകയാണ് ചെയ്യേണ്ടത്. ഇത് ആമാശയത്തിൽനിന്നും ഒരു കാരണവശാലും ചെറുകുടലിൽ എത്താൻ ഇടവരരുത്. അതിനിടയിൽ തടസ്സങ്ങളുണ്ടായാൽ ചെറുചൂടുവെള്ളം

കുടിച്ച് വസ്ത്രത്തെ സാവകാശം വലിച്ചെടുക്കേണ്ടതാണ്. ഒരു കാരണ വശാലും ധൃതി വെക്കരുത്. **ദന്തധൗതി:** വമന ധൗതി പോലെ ചൂടുവെ ള്ളത്തിൽ ഉപ്പുകലർത്തി മൂക്കറ്റം കുടിക്കുക 1 സെന്റീമീറ്റർ വ്യാസമുള്ള 1 മീറ്റർ നീളമുള്ളതുമായ ഒരു റബ്ബർ ട്യൂബ് ആമാശയത്തിലേക്ക് കട ത്തുക മുന്നോട്ട് കുനിഞ്ഞ് ഛർദ്ദിച്ചുകളയുക. ധൗതി എന്നും നന്നേ രാവിലെ വയറൊഴിഞ്ഞിരിക്കുന്ന അവസരത്തിലാണ് ചെയ്യേണ്ടത്.

വസ്തി

വസ്തിക്രിയ മലാശയത്തെ ശുദ്ധീകരിക്കുന്നതിന് സഹായിക്കുന്നു ഇന്ന് ഇത് ചെയ്യുന്നതിനുള്ള ഉപകരണങ്ങൾ ലഭ്യമാണ്. (എനിമകാൻ) പണ്ടുകാലങ്ങളിൽ ആറിഞ്ചു നീളത്തിലും ചെറുവിരൽ വണ്ണത്തിലുമുള്ള മുളംകുഴൽ ഉപയോഗിച്ച് നദിയിൽ ഇരുന്നാണ് ചെയ്തിരുന്നത്. കുഴൽ മലദ്വാരത്തിൽ കയറ്റി വെള്ളം വലിച്ചെടുത്തശേഷം കുഴൽ പുറത്തെ ടുത്ത് മലവിസർജ്ജനം നടത്തുന്നു. ഇന്ന് ഉപകരണം ഭിത്തിയിൽ തൂക്കി യിട്ട് മുന്നോട്ട് കുനിഞ്ഞുനിന്നോ നിലത്ത് ചരിഞ്ഞു കിടന്നോ ഇത് ചെയ്യാ വുന്നതാണ്. മലശോധന കഴിഞ്ഞതിനുശേഷം ആർക്കും സ്വയമേവ ഇത് ചെയ്യാവുന്നതാണ്. മാസത്തിൽ ഒന്നോ രണ്ടോ തവണ ഇത് അനുഷ്ഠി ച്ചാൽ രോഗങ്ങൾക്ക് ശമനം ലഭിക്കുന്നതാണ്. പ്രാക്ടീസ് ഉള്ള ഒരാൾക്ക് വെള്ളം മുഴുവൻ ഉള്ളിൽ പ്രവേശിപ്പിച്ചതിനുശേഷം ഉഡ്ഡിയാനബന്ധം ചെയ്യുകയാണെങ്കിൽ വൻകുടൽ ഭിത്തികളിൽ അടിഞ്ഞുകുടിയിട്ടുള്ള മലത്തെക്കൂടി പുറന്തള്ളാൻ ഇതുവഴി സാധിക്കുന്നതാണ്. ഇത് ഗുണം ചെയ്യുന്നുണ്ട് എന്ന് കരുതി കൂടെക്കൂടെ അടുപ്പിച്ച് ചെയ്യരുത് എന്നുള്ള കാര്യം ശ്രദ്ധിക്കേണ്ടതാണ്. വയറ്റിലുണ്ടാകുന്ന താല്ക്കാലിക പ്രശ്ന ങ്ങൾക്കെല്ലാം ഇത് നല്ലൊരു പ്രതിവിധിയാണ്. എല്ലാവരും ഈ ഉപക രണം (എനിമ കാൻ) വാങ്ങി സൂക്ഷിക്കേണ്ടതും ഇത് ചെയ്ത് ശീലി ക്കേണ്ടതുമാണ്. ഇത് വാത, പിത്ത, കഫ ദോഷങ്ങൾക്ക് നല്ലൊരു പ്രതി വിധിയാണ്. പ്ലീഹക്കുണ്ടാകുന്ന എല്ലാ തകരാറുകൾക്കും ഇത് നല്ല പ്രതി വിധിയാണ്. ശരീരധാതുക്കൾക്കും മനസ്സിനും ഇന്ദ്രിയങ്ങൾക്കും ഇത് ഏറെ ഗുണപ്രദമാണ്. ജരാഗ്നിയെ നിത്യേനയെന്നോണം വർദ്ധിപ്പിച്ചു കൊണ്ടേയിരിക്കും. മലാശയത്തിൽ കെട്ടിക്കിടക്കുന്ന മലത്തെ പുറന്ത ള്ളാൻ ഇത് ഏറ്റവും നല്ലൊരു മാർഗ്ഗമാണ്. അതുവഴി രക്തദുഷ്യങ്ങളെ തടയുന്നതിനും മറ്റു രോഗങ്ങളുടെ വർദ്ധനവിനെ തടയുന്നതിനും സാധി ക്കുന്നു. ഇന്നത്തെ കാലഘട്ടത്തിൽ ഏറെ ജനോപകാരപ്രദമായ ഒരു ക്രിയയാണ് വസ്തി അഥവാ എനിമ.

നേതി:

നേതി പ്രധാനമായും നാല് തരത്തിലാണ്. ജലനേതി, സൂത്രനേ തി, ദുഗ്ധനേതി, ഘൃതനേതി. **ജലനേതി:** പാത്രത്തിൽ അര ടീസ്പൂൺ

ഉപ്പുകലർത്തിയ ചെറുചൂടുവെള്ളം നിറയ്ക്കുക. പാത്രം വലതുകൈയിൽ പിടിക്കുക. പാത്രത്തിന്റെ നേരിയഭാഗം വലതുമൂക്കിനുള്ളിൽ അല്പം കയറ്റി വെക്കുക. സുഗമമായ ശ്വാസോച്ഛ്വാസം ചെയ്യുന്നതിനായി വായ അല്പം തുറന്നുപിടിക്കുക. തല അല്പം ഇടതുവശത്തേക്ക് ചരിച്ച് പിടിച്ച് വെള്ളം വലതു മൂക്കിലൂടെ സാവകാശം കടത്തിവിടുക. ഇടതുമൂക്കി ലൂടെ മുഴുവനായും പുറത്തുപോകുന്നതുവരെ തല ചെരിച്ചു പിടിച്ചു തന്നെ വെക്കുക. ഇതുതന്നെ ഇടതുമൂക്കിലും ചെയ്യുക. ശേഷം രണ്ടു മൂക്കിലൂടെയും കപാലഭാതി ചെയ്യുന്നതുപോലെ വായുവിനെ ശക്തിയായി പുറന്തള്ളുക. മൂക്കിനകത്തുള്ള വെള്ളം പുറന്തള്ളുന്നതിന് ഇത് സഹാ യിക്കും. പിന്നീട് തല അല്പം പിറകിലോട്ടാക്കി പിടിച്ചാൽ അവശേഷി ക്കുന്ന വെള്ളമുണ്ടെങ്കിൽ അവ വായിൽ കിട്ടും. **സൂത്രനേതി:** റബ്ബർട്യൂബ് അല്ലെങ്കിൽ നൂല് ഉപയോഗിച്ച് ഇത് ചെയ്യാവുന്നതാണ്. റബ്ബർ ട്യൂബിന്റെ ഒരറ്റം വലതുമൂക്കിലൂടെ കയറ്റുകയും ഇത് വായിലൂടെ പുറത്തുവരുന്ന സമയം കൈ കൊണ്ട് രണ്ടറ്റവും പിടിച്ച് പതുക്കെ ചലിപ്പിക്കുക. ശേഷം ഇടതുമൂക്കിലൂടെയും ഇത് ചെയ്യണം. അല്ലെങ്കിൽ നൂല് ഉപയോഗിച്ച് ഇത് ചെയ്യാവുന്നതാണ്. **ദുഗ്ധനേതി:** പാൽ, നെയ്യ് ഇവ ഉപയോഗിച്ച് ചെയ്യു ന്നു. ജലനേതിയിൽ വെള്ളത്തിനുപകരം പാലോ നെയ്യോ ഉപയോഗി ക്കുന്നു. ആവശ്യത്തിനനുസരിച്ച് ഏതാണ് ഉപയോഗിക്കേണ്ടത് എന്ന് തീരുമാനിക്കണം. **വ്യുത്ക്രമ കപാലനേതി:** ജല നേതി പോലെതന്നെ യാണിതും ചെയ്യുന്നത്. പക്ഷേ, ജലം പുറത്തുവരുന്നത് മൂക്കിലൂടെയല്ല പകരം വായിലൂടെയായിരിക്കണം. **സിത്ക്രമ കപാലനേതി:** ചെറുചൂടു വെള്ളത്തിൽ അല്പം ഉപ്പുകലർത്തി വായിൽ കൊള്ളുക. മുന്നോട്ടു കുനിഞ്ഞ് നിന്ന് ആ വെള്ളത്തെ മൂക്കിലൂടെ പുറത്തേക്ക് കളയുക.

നേതിക്രിയകൾക്കുശേഷം കപാലഭാതി ചെയ്യുന്നത് എന്തുകൊണ്ടും നല്ലതാണ്. മൂക്കിലുള്ള ശേഷിക്കുന്ന മാലിന്യങ്ങളെ പുറന്തള്ളാൻ ഇത് സഹായിക്കുന്നു. നേതി മൂക്ക്, തല എന്നീ ഭാഗങ്ങളെ ശുദ്ധീകരിക്കാൻ സഹായിക്കുന്നു. സ്ഥിരമായ ജലദോഷം മാറുന്നതോടൊപ്പം മൂക്കിലു ണ്ടാകുന്ന എല്ലാവിധ അസുഖങ്ങൾക്കും ഇത് നല്ലൊരൗഷധമാണ് കണ്ണിന്റെ കാഴ്ചയ്ക്കും ഏറെ നന്ന്.

ത്രാടകം

നട്ടെല്ല് നിവർത്തി ഏതെങ്കിലും ആസനത്തിൽ ഇരിക്കുക. വജ്രാ സനമോ, പത്മാസനമോ മറ്റേതുമാകാം. നേരെ മുന്നിൽ ഒരുമീറ്റർ ദൂര ത്തിൽ നിലവിളക്കോ മെഴുകുതിരിയോ കത്തിച്ചുവെക്കുക. തിരി കത്തു ന്നത് കണ്ണിനു നേരെ ഉയർത്തിയായിരിക്കണം വിളക്കോ മെഴുകുതിരിയോ വെക്കേണ്ടത്. കണ്ണടയ്ക്കാതെ വെളിച്ചത്തിലേക്ക് തന്നെ നോക്കുക. കണ്ണിൽ വെള്ളം വരും. കണ്ണ് ചിമ്മാതെ ശ്രദ്ധ അവിടെത്തന്നെ നില നിർത്തുക. കണ്ണിനു തീരെ സാധിക്കുന്നില്ലെന്നു തോന്നുന്ന അവസരം

കണ്ണ് അടയ്ക്കണം. അല്ലാതിരുന്നാൽ കൺമസിലുകൾ കൂടുതൽ ജോലി ചെയ്ത് തളരുകയും തലവേദനയും മറ്റും ഉണ്ടാകുവാനും സാദ്ധ്യതയു ണ്ട്. ക്രമേണ മൂന്നുതരം കളർ കാണാവുന്നതാണ്. അതിൽ ഏറ്റവും മുകൾ വശത്തായി ഇളം നീല നിറം കാണാം. അവിടെത്തന്നെ നോക്കി യിരിക്കുവാൻ ശ്രമിക്കുക. ക്രമേണ സാദ്ധ്യമാകും കൂടുതൽ സ്ട്രെയിൻ ചെയ്യാതിരിക്കുവാൻ പ്രത്യേകം ശ്രദ്ധിക്കേണ്ടതാണ്. ആദ്യദിവസം 3 മിനിട്ട് ചെയ്താൽ മതി ക്രമേണ സമയം കൂട്ടി ചെയ്യുക.

കണ്ണുകളെ ശുദ്ധീകരിക്കുന്നു. കണ്ണുകളിലെ മസിലുകളെ ശക്തി പ്പെടുത്തുന്നു. ഓർമ്മശക്തി വർദ്ധിപ്പിക്കുന്നു. ഉറക്കത്തിലുണ്ടാവുന്ന പ്രശ്നങ്ങൾക്ക് ഇതൊരു നല്ല ഔഷധമാണ്. കിടക്കയിൽ മൂത്രമൊഴി ക്കുന്നതിന് ഇത് പ്രതിവിധിയാണ്. ത്രാടകം സ്കൂൾ കുട്ടികൾക്ക് ഏറ്റവും നല്ലതാണ്. ഓർമ്മശക്തിയും മനഃശക്തിയും വർദ്ധിപ്പിക്കുന്നതിന് ഈ ക്രിയ ഏറെ നല്ലതാണ്. ഇതൊരു ഗുരുവിന്റെ കീഴിൽ നിന്നുതന്നെ അഭ്യ സിക്കേണ്ടതാണ്. എല്ലാ ക്രിയകളും ഇന്നത്തെ കാലഘട്ടത്തിൽ ഏറെ ഗുണം ചെയ്യുന്നതാണെങ്കിലും ഒരു ഗുരുവിന്റെ കീഴിൽനിന്നും ഇവ യെല്ലാം അഭ്യസിക്കണം. ശരീരശുദ്ധീകരണത്തിന് ഷഡ്കർമ്മങ്ങൾ ഏറെ ഫലപ്രദമാണ്. ഈ ക്രിയകൾ ചെയ്തതിനുശേഷം പ്രാണായാമം ചെയ്യുന്നതാണ് എന്തുകൊണ്ടും അഭികാമ്യം.

സൂര്യത്രാടകം

എല്ലാ ജീവനുള്ളവയും സ്വന്തം കോശങ്ങളിൽ സംഭരിച്ചുവെച്ചിരി ക്കുന്ന ഊർജ്ജം സൂര്യനിൽനിന്നും ലഭിച്ചതാണ്. ആസനങ്ങളിൽ ഇരുന്നോ കാലുകൾ തുല്യ അളവിൽ അകറ്റി നിർത്തി തുല്യ ബലത്തിൽ നിന്നുകൊണ്ടോ സൂര്യത്രാടകം ചെയ്യാം. സൂര്യമുദ്രയിൽ വിരലുകൾ ചേർത്ത് നാഭി ഭാഗത്തേക്ക് ചേർത്ത് പിടിക്കുക. സൂര്യനെ ആദ്യം 7 സെക്കന്റ് നോക്കുക. പിന്നീട് കണ്ണുകൾ അടച്ചുകൊണ്ട് സൂര്യോദയം മനസ്സിൽ കാണുക. എന്നിട്ട് കണ്ണുകൾ സാവധാനം തുറന്നു ഉദിച്ചു വരുന്ന സൂര്യനെ നോക്കുക. (കണ്ണുകൾ നന്നായി തുറന്നു പൂർണ്ണമായ ഏകാ ഗ്രതയോട വേണം സൂര്യനെ നോക്കാൻ) സൂര്യനെ നോക്കിക്കൊണ്ട് നമ്മളിലുള്ള എല്ലാ നീച ചിന്തകളും രോഗാണുക്കളും ദുഷ്ട വിചാരങ്ങളും സൂര്യന്റെ അഗ്നിയിൽ വെന്ത് ഇല്ലാതാകുന്നതായി മനസ്സിൽ കാണുക. സാവധാനം സൂര്യ മുദ്ര വിടുവിച്ചുകൊണ്ട് സാഷ്ടാംഗ നമസ്കാരത്തിൽ നെറ്റിത്തടവും കൈകാലുകളും ഭൂമിയിൽ സ്പർശിപ്പിക്കുക. എന്നിട്ട് പൂർവ്വസ്ഥിതിയിൽ എത്തി കൈകൾ കൂട്ടി നന്നായി തിരുമ്മി ചൂട് വരുത്തി മുഖത്തെ നന്നായി അമർത്തുക. തുടക്കക്കാർ ആദ്യം 2, 4, 6, 8, 10 മിനി ട്ടുകൾ വീതം കൂട്ടി കൂട്ടി ഒരു മാസംകൊണ്ട് 20 മിനിറ്റ് വരെ ആകാം. കണ്ണുകൾ നിറയുകയോ, അസ്വസ്ഥത ഉണ്ടാകുകയോ ചെയ്താൽ ചേർത്ത് അടച്ചുകൊണ്ട് കുറച്ചുനേരം നിന്നതിനുശേഷം സൂര്യത്രാടകം അവസാനിപ്പിക്കേണ്ടതാണ്.

നൗളി

പ്രധാനമായും 4 തരമുണ്ട് ഇവ. ഉഡിയാനം, മദ്ധ്യമനൗളി, ദക്ഷിണ നൗളി & വാമനൗളി, നൗളി ചാലനം.

മദ്ധ്യമനൗളി

നിന്നുകൊണ്ട് വയറിനെ മുന്നോട്ടും താഴേക്കും പ്രഷർ കൊടുക്കുക. അപ്പോൾ മദ്ധ്യഭാഗത്തുള്ള മസിലുകൾ ശക്തമാകുകയും വശങ്ങളിലു ള്ളവയ്ക്ക് വിശ്രമം ലഭിക്കുകയും ചെയ്യുന്നു.

ദക്ഷിണ നൗളി & വാമനൗളി:

ദക്ഷിണ എന്നാൽ വലതുവശം. വാമം ഇടതുവശം. വയറിനെ രണ്ടു വശങ്ങളിലേക്കും ചലിപ്പിച്ചുചെയ്യുന്ന നൗളിക്ക് ദക്ഷിണമെന്നും വാമ മെന്നും പറയുന്നു. വലതുവശം ചെയ്യുമ്പോൾ ആ വശത്തെ റെക്സസ് ശക്തമാക്കാനും ഇടതുവശത്തെ റെക്ടസിന് റെസ്റ്റ് കിട്ടുകയും ചെയ്യുന്നു. അതുപോലെ നേരെ തിരിച്ചും.

നൗളിചാലനം:

വയറിനെ ഇടത്തോട്ടും വലത്തോട്ടും ചക്രാകാരത്തിൽ ചുഴറ്റുന്ന തിന് നൗളി ചാലനം എന്നു പറയുന്നു. ഇത് വെള്ളത്തിലെ ചുഴിയെന്ന പോലെ പ്രവർത്തിക്കുന്നു. അതുവഴി വയറ്റിലെ മസിലുകൾക്ക് നല്ല ബലം ലഭിക്കുന്നു. ഉദരത്തിനുള്ളിലുള്ള എല്ലാ കുഴലുകളെയും വൃക്കകളെയും മറ്റ് ആന്തരികാവയവങ്ങളെയും നൗളിക്രിയ വഴി തഴുകി ആരോഗ്യമു ള്ളതും പ്രവർത്തനക്ഷമവുമാക്കിത്തീർക്കുന്നു. ജഠരാഗ്നിയെ ഉത്തേജി പ്പിക്കുന്നതും ദഹനക്രിയയെ വേണ്ടപോലെ വർദ്ധിപ്പിക്കുന്നതും സകല രോഗകാരണങ്ങളെയും ഇല്ലാതാക്കുന്നതുമാകുന്നു. ഇത് യോഗക്രിയക ളുടെയെല്ലാം ഉത്തമസ്ഥാനത്ത് സ്ഥിതി ചെയ്യുന്നു. വയറാണ് ഒരു പരി ധിവരെ സർവ്വരോഗങ്ങളുടെയും ഉത്ഭവസ്ഥാനം. വയർ ശുദ്ധമായാൽ ശരീരത്തിലെ മറ്റെല്ലാ അവയവങ്ങളും നേരെയായി എന്നും പറയാം. ഇതിന് കോഷ്ഠശുദ്ധി വരുത്തുന്നതിനുള്ള കഴിവ് നന്നായിട്ടുണ്ട്. നൗളി ക്രിയ ചെയ്യുന്നത് അത് നന്നായി അഭ്യസിച്ചിട്ടുള്ള ഒരാചാര്യന്റെ കീഴിൽ മാത്രമായിരിക്കണം.

കപാലഭാതി:

പത്മാസനത്തിലോ വജ്രാസനത്തിലോ ഇരിക്കുക. ശ്വാസം ദീർഘ മായി ഉള്ളിലേക്ക് വലിച്ചെടുത്ത് ശക്തമായി മൂക്കിലൂടെ ശബ്ദത്തോടെ പുറത്തേക്ക് ശക്തിയായി ചീറ്റിക്കളയുക. ഉള്ളിലുള്ള വായു തീരുന്നതു വരെ ഇതുചെയ്യുക. വീണ്ടും ഇത് ആവർത്തിക്കുക. ശരീരത്തിൽ എവി ടെയും ബലം കൊടുക്കുകയോ, ശരീരം ചലിക്കാനോ പാടില്ല. വയറു

മാത്രം ചലിക്കുന്നതിന് കുഴപ്പമില്ല. ഒറ്റത്തവണ എത്ര ദൈർഘ്യമായി ചെയ്യാൻ സാധിക്കുമോ അത്രയും ചെയ്യുക. ക്രമേണ സമയദൈർഘ്യം കൂട്ടിക്കൂട്ടിക്കൊണ്ടുവരിക. തലയ്ക്കകത്തുള്ള കഫദോഷങ്ങളെ ഇല്ലാതാക്കാൻ പ്രത്യേകിച്ച് സൈനസിലെ കഫത്തെ പൂർണ്ണമായും പുറന്തള്ളാൻ ഇതുവഴി സാധിക്കുന്നു. സ്ഥിരമായ ജലദോഷം, തുമ്മൽ, ചുമ, തലവേദന, പ്രത്യേകിച്ച് സൈനസൈറ്റിസ് എന്നിവയ്ക്ക് ഉത്തമം. നിത്യം ചെയ്യണം. കപാല(തലയോട്ടി)ത്തിനകത്തുള്ള കഫം കൊണ്ടുണ്ടാകുന്ന പ്രശ്നങ്ങൾക്ക് ഉത്തമ ഔഷധം. മനസ്സ് ശക്തവും ശാന്തവും ആകുന്നു.

യോഗ

ഐക്യരാഷ്ട്രസഭയും യുനെസ്കോയും ലോകത്തിന്റെ സാംസ്കാരിക പൈതൃകമായി യോഗയെ തെരഞ്ഞെടുത്തിരിക്കുകയാ ണ്. ഇതിന്റെ ഭാഗമായി ജൂൺ 21 ന് ലോകം അന്തർദ്ദേശീയ യോഗാദിന മായി ആചരിക്കുകയാണ്. ശരീരത്തിന്റെയും മനസ്സിന്റെയും എല്ലാ പ്രശ്ന ങ്ങൾക്കും പരിഹാരം കണ്ടെത്താൻ യോഗയ്ക്ക് കഴിയുമെന്നുള്ളതു കൊണ്ടാണ് പ്രാചീനമായ ഈ യോഗവിദ്യ വിദേശികളും, ഉദ്യോഗസ്ഥരും സ്കൂൾ കുട്ടികളും സാധാരണക്കാരുമെല്ലാം ഒരുപോലെ അഭ്യസിക്കു ന്നത്. സ്ത്രീ-പുരുഷ പ്രായഭേദമെന്യേ ഏവർക്കും എപ്പോഴും എവിടെ വച്ചും യോഗ അഭ്യസിക്കാവുന്നതാണ്. 18 വയസ്സുവരെ ശരീരത്തിലെ കോശങ്ങളുടെ വളർച്ച മുന്നിട്ടു നില്ക്കും. അതിനുശേഷം 35 വയസ്സു വരെ കോശങ്ങളുടെ വളർച്ചയും കോശങ്ങളുടെ നാശവും ഏറക്കുറെ തുല്യമായിരിക്കും. എന്നാൽ 35 വയസ്സിനു ശേഷം കോശങ്ങളുടെ നാശം മുന്നിട്ടു നില്ക്കും. ആ സമയത്തുള്ള അശാസ്ത്രീയമായ ഡയറ്റിങ്ങും ആരോഗ്യകരമല്ലാത്ത വ്യായാമമുറകളും ദുരവ്യാപകമായ പ്രത്യാഘാ തങ്ങളുണ്ടാക്കുമെന്ന് പലപ്പോഴും നമ്മൾ മറന്നു പോകുന്നു. ജോലിക്കും കുടുംബത്തിനും ഇടയിലുള്ള ഓട്ടത്തിനിടയിൽ സ്വന്തം കാര്യത്തിനായി പലർക്കും സമയമേയില്ല. അതുമൂലം ഹൃദ്രോഗം, പ്രമേഹം, സ്തനാർബ്ബു ദം, തൈറോയ്ഡ് പ്രശ്നങ്ങൾ, പോളിസ്റ്റിക് ഓവേറിയൻസിൻഡ്രം, അസ്ഥിക്ഷയം തുടങ്ങി ജീവിതശൈലീരോഗങ്ങളുടെ വലിയ നിരതന്നെ നമ്മെ കീഴടക്കി. ജങ്ക്ഫുഡ്, ഫാസ്റ്റ്ഫുഡ്, വ്യായാമമില്ലായ്മ, മാംസാ ഹാരത്തിന്റെ അമിതോപയോഗം എന്നിവയാണ് ഇതിനു കാരണം. 8000 ത്തോളം വർഷം പഴക്കമുള്ള യോഗാഭ്യാസം ഒരു വ്യായാമമുറയ്ക്ക് അപ്പുറം ഒരു ജീവിതചര്യയാണ്. ജാതി മത വർഗ്ഗ വർണ്ണരാഷ്ട്രീയ ഭേദ

മെന്യേ ആർക്കും പരിശീലിക്കാവുന്ന ഒന്നാണ് യോഗ. ശരീര ത്തിനകത്തും പുറത്തുമുള്ള സകല അവയങ്ങൾക്കും ഇന്ദ്രിയങ്ങൾക്കും സന്ധികൾക്കും ക്രമമായ വ്യായാമം നല്കുന്നതിലൂടെ അവയുടെ കഴി വുകൾ പൂർണ്ണമായി ഉപയോഗപ്പെടുത്താൻ ശരീരത്തെ പ്രാപ്തമാക്കു കയാണ് യോഗ ചെയ്യുന്നത് നിത്യയൗവനമാണ് യോഗയുടെ ലക്ഷ്യം.

എണ്ണായിരം വർഷങ്ങൾക്കു മുമ്പുതന്നെ മനുഷ്യമനസ്സിനെയും ശരീ രത്തെയും അച്ചടക്കമുള്ളതാക്കി തീർക്കുവാൻ വേണ്ടി രൂപപ്പെടുത്തി എടുത്ത ചിട്ടയായ പരിശീലന മാർഗ്ഗമാണ് യോഗ. പാമ്പ്, ശലഭം, പൂച്ച, നായ, മത്സ്യം, ആന തുടങ്ങിയ അനേകം ജീവികളുടെ വ്യായാമങ്ങൾ പരിഷ്കരിച്ച് മനുഷ്യർക്ക് ചെയ്യാവുന്ന തരത്തിൽ ക്രമീകരിച്ചതാണ് ഓരോ യോഗാസനവും. യുജ് എന്ന സംസ്കൃത പദത്തിൽ നിന്നാണ് യോഗ എന്ന വാക്ക് ഉണ്ടായത്. യുജ് എന്ന വാക്കിനർത്ഥം കൂടിച്ചേരൽ എന്നാണ്. അതായത് ശരീരത്തിന്റെയും മനസ്സിന്റെയും ശ്വാസത്തിന്റെയും കൂടിച്ചേരൽ ആണ് യോഗ. എയ്ഡ്സ്, ക്യാൻസർ, ആസ്ത്മ, ഹെപ്പ റ്റൈറ്റിസ് ബി, പക്ഷാഘാതം തുടങ്ങിയ രോഗങ്ങൾ വരാതിരിക്കുവാനും ഉള്ളവയെ നിയന്ത്രിക്കുവാനും യോഗമൂലം സാധിക്കുമെന്നുള്ളത് പഠനങ്ങൾ തെളിയിച്ചിട്ടുണ്ട്. ദുർമ്മേദസ് കുറയ്ക്കാനും രോഗ പ്രതിരോധ ശേഷി കൂട്ടുവാനും സാധിക്കുന്നു. മാനസിക സമ്മർദ്ദത്തെ ജീവിത ത്തിൽനിന്നും ഒഴിവാക്കി വ്യക്തിബന്ധങ്ങൾ, സാമൂഹിക ജീവിതം ഇവ മെച്ചപ്പെടുത്തുവാനും യോഗ പര്യാപ്തമാണ്. ലോകത്തെ പ്രമുഖമായ യുണിവേഴ്സിറ്റികൾ, മെഡിക്കൽ കോളേജുകൾ, തുടങ്ങിയവ ഇന്ന് യോഗാ തെറാപ്പി നടത്തുന്നുണ്ട്. ആയുർവ്വേദ കോളേജ് വിദ്യാർത്ഥിക ളുടെ പ്രധാന പഠന വിഷയങ്ങളിൽ ഒന്ന് യോഗശാസ്ത്രമാണ്. മത്സ രവും സംഘർഷവും നിറഞ്ഞ ഈ ലോകത്ത് യോഗയുടെ പ്രസക്തി അനുദിനം വർദ്ധിച്ചുകൊണ്ടിരിക്കുകയാണ്. രോഗങ്ങൾ ആധുനിക മനു ഷ്യന്റെ പിന്നാലെ തന്നെയുണ്ട്. ഈ സാഹചര്യത്തിലാണ് രോഗപ്രതി രോധത്തിന്റെ പ്രസക്തി ഏറുന്നത്. ഓരോ പ്രദേശത്തും ഒരു മുതൽമുടക്കും ഇല്ലാതെ തുടങ്ങാൻ കഴിയുന്നതും എന്നാൽ ആരോഗ്യ പരിപാലനരംഗത്ത് അത്ഭുതങ്ങൾ സൃഷ്ടിക്കുന്നതുമായ 'യോഗ' പഠി ക്കാനും പങ്കെടുക്കാനും ഉതകുന്ന തരത്തിൽ കേരളത്തിൽ എല്ലാ സ്ഥലത്തും യോഗ പഠനകേന്ദ്രങ്ങൾ 'ചേതന'യോഗയ്ക്ക് ഇന്നുണ്ട്. യോഗ തെറാപ്പിയും യോഗപരിശീലനവും ഉൾക്കൊള്ളുന്ന ഹോളിസ്റ്റിക് രീതി രോഗപ്രതിരോധം വർദ്ധിപ്പിക്കുന്നതിനും രോഗങ്ങൾ അകറ്റുന്ന തിനും സഹായകമാകും.

യോഗ പരിശീലിക്കുമ്പോൾ ശ്രദ്ധിക്കേണ്ട കാര്യങ്ങൾ

1. യോഗാഭ്യാസം ആരംഭിക്കുന്നതും അവസാനിപ്പിക്കുന്നതും വിശ്ര മാസനം അഥവാ ശവാസനത്തോടെ ആയിരിക്കണം.

2.   ആന്തരിക-ബാഹ്യശുദ്ധി യോഗാഭ്യസനത്തിനു പ്രധാനമാണ്.

3.   വൃത്തിയുള്ളതും ശുദ്ധ വായുസഞ്ചാരമുള്ളതുമായ റും ആണ്
     യോഗാഭ്യാസത്തിനായി തെരഞ്ഞെടുക്കേണ്ടത്.

3.   രാവിലെയോ വൈകുന്നേരമോ ഒരു നിശ്ചിത സമയം യോഗാഭ്യാ
     സത്തിനായി മാറ്റിവയ്ക്കാം. പുലർച്ചെയാണ് ഏറ്റവും ഉത്തമം.

4.   യോഗാഭ്യാസനങ്ങളും മറ്റു ശാരീരിക വ്യായാമങ്ങളും കൂട്ടിക്കലെർത്തി
     ചെയ്യാൻ പാടില്ല.

5.   ഭക്ഷണം കഴിഞ്ഞ് ഉടൻ യോഗ ചെയ്യരുത്. ഭക്ഷണം പൂർണ്ണമായും
     ദഹിക്കാനുള്ള ഇടവേള കഴിഞ്ഞു മാത്രം യോഗ ചെയ്യുക. യോഗാ
     ഭ്യാസം കഴിഞ്ഞ് അരമണിക്കൂർ സമയം കഴിഞ്ഞു മാത്രമേ
     ഭക്ഷണം കഴിക്കാനും വെള്ളം കുടിക്കാനും പാടുള്ളൂ.

6   യോഗ ചെയ്യുമ്പോൾ അയഞ്ഞ കോട്ടൺ വസ്ത്രങ്ങൾ ഉത്തമം.

7.   ആദ്യമായി യോഗ ചെയ്യുമ്പോൾ ആരോഗ്യമുള്ളവരായാലും ചില
     വേദനകൾ സാധാരണയാണ്. ശരീരത്തിൽ ഉണ്ടാവുന്ന ശുദ്ധീക
     രണക്രിയയുടെ ലക്ഷണമാണിത്. ഭയപ്പെടാനില്ല. അതിന്
     പ്രത്യേകം ചികിത്സയ്ക്കു പോകേണ്ടതില്ല.

8.   ഒറ്റ ദിവസം കൊണ്ട് എല്ലാ ആസനങ്ങളും പഠിച്ച് സൂര്യനമസ്കാരം
     ചെയ്തേക്കാം എന്നു വിചാരിക്കരുത്.

9.   ശരീരം നന്നായി വഴങ്ങിക്കിട്ടാൻ കുറച്ചു ദിവസമെടുക്കുമെന്ന് ഓർമ്മി
     ക്കുക.

10. ഗുരുമുഖത്തു നിന്ന് യോഗ അഭ്യസിക്കുന്നതാണ് അത്യുത്തമം.

11. നഗ്നമായ തറയിൽ യോഗ ചെയ്യരുത്. വിരിപ്പിൻമേൽ മാത്രമേ ചെയ്യാ
     വൂ.

12. സാരമായ മുറിവുള്ളപ്പോഴും വേദനയുള്ളപ്പോഴും യോഗ ചെയ്യരുത്.

13. സ്ത്രീകൾ ആർത്തവസമയത്ത് യോഗ ചെയ്യരുത്.

14. ഫാൻ പ്രവർത്തിച്ച് കൊണ്ട് യോഗ ചെയ്യരുത്.

15. ശരീരത്തിൽ എണ്ണ തേച്ച് യോഗ ചെയ്യരുത്.

യോഗാപരിശീലനം

വിശ്രമാസനം അഥവാ ശവാസനം

യോഗാഭ്യാസം ആരംഭിക്കുന്നതും അവസാനിക്കുന്നതും ശവാസനത്തോടു കൂടിയാവണം. ശരീരത്തിനും മനസ്സിനും ക്ഷീണം തോന്നുന്ന ഏത് അവസ്ഥയിലും എവിടെവച്ചും ചെയ്യാവുന്ന ഒരു റിലാക്സേഷൻ ടെക്നിക് ആണിത്. പല പോസുകളിൽ ചെയ്യാം. തുടക്കക്കാർക്കുള്ള ലളിതമായ രീതിയാണ് ഇവിടെ പ്രതിപാദിക്കുന്നത്. 10 മുതൽ 30 സെക്കന്റ് വരെ ആസനങ്ങളുടെ തീവ്രത അനുസരിച്ച് ശവാസനം അനുഷ്ഠിക്കേണ്ടതാണ്.

ചെയ്യുന്ന വിധം

1. തലയും ശരീരവും നേർരേഖയിൽ വരത്തക്കവിധം നീണ്ടു നിവർന്നു കിടക്കുക.
2. കാലുകൾ തമ്മിൽ 30 സെ മീ കുറയാതെ അകറ്റി വയ്ക്കണം.
3. കൈകൾ വാരിയെല്ലിൽ മുട്ടാത്തവിധം 15 സെ മീ കുറയാതെ അകറ്റി കൈപ്പത്തി മലർത്തിയിടുക.
4. സൗകര്യത്തിനനുസരിച്ചു കഴുത്ത് അയച്ചു തല നേരെയോ ഒരു വശത്തേക്കു ചരിച്ചോ വച്ച് കണ്ണുകൾ അടയ്ക്കുക.
5. ശ്വാസത്തെ മാത്രം ശ്രദ്ധിച്ച് കിടക്കുക.

പ്രയോജനം

a. മാനസിക സംഘർഷം, സമ്മർദ്ദം, അസ്വസ്ഥത, രക്തസമ്മർദ്ദം എന്നിവ നിയന്ത്രിച്ചു പൂർണ്ണമായും മാറ്റിയെടുക്കാൻ കഴിയും.

b.   കോസ്മിക് എനർജി ശരീരത്തിലേക്കു പ്രവഹിക്കുന്നതിനാൽ മന
      സ്സിനും ശരീരത്തിനും പ്രത്യേകമായൊരു ഉണർവ്വും ഉന്മേഷവും
      അനുഭവപ്പെടും.
c.   ചിട്ടയായ പരിശീലനത്തിലൂടെ പഞ്ചേന്ദ്രിയങ്ങളെ നിയന്ത്രിക്കാനുള്ള
      കഴിവും ഏകാഗ്രതയും കൈവരുന്നു.
d.   ഉയർന്ന പ്രമേഹ രോഗികൾ ചെയ്യരുത്.

സുഖാസനം

      ധ്യാനം ഇരിക്കുന്ന രീതിയാണ് ഇത്. എത്ര സമയം വേണമെങ്കിലും
ഈ രീതിയിൽ ശരീരത്തിന്റെ നില മാറ്റിക്കൊണ്ടിരിക്കാതെ ഇരിക്കാം.
കാലുകൾ ആയാസരഹിതമായി കൂട്ടിച്ചേർത്ത് ഇരിക്കുക.

ചെയ്യുന്ന വിധം

      കാലുകൾ മടക്കിവച്ച് ഇരിക്കുക. കൈകൾ ചിന്മുദ്രയിൽ. ശ്വാസോ
ച്ഛോസ്വത്തിൽ ശ്രദ്ധ കേന്ദ്രീകരിക്കുക.
a.   മനസ്സ് ശാന്തമായിരിക്കട്ടെ. മനസ്സിന്റെ ശാന്തതയെ തിരിച്ചറിയുക.
b.   ഭൂമദ്ധ്യത്തിൽ സൂര്യനെ സങ്കല്പിച്ചിരിക്കുക. ശരീരത്തിലെയും മന
      സ്സിലെയും അഴുക്കുകൾ കത്തിച്ചാമ്പലായി ശരീരവും മനസ്സും ശുദ്ധ
      മാകുന്നത് തിരിച്ചറിയുക.
c.   മെല്ലെ കണ്ണുകൾ തുറന്ന് ആസന പരിശീലനങ്ങളിലേക്ക് പോവുക

സൂക്ഷ്മ വ്യായാമങ്ങൾ
(Loosening Exercises)

ചെയ്യുന്ന വിധം

I. കണ്ണ്

2. ശ്വാസം എടുത്തുകൊണ്ടും പുറത്തേക്കു വിട്ടുകൊണ്ടും ഇരു പാർശ്വ ങ്ങളിലേക്കും കണ്ണുകളെ ചലിപ്പിക്കുക, തുടർന്ന് മുകളിലേക്കും താഴേക്കും ചലിപ്പിക്കുക, തുടർന്ന് കണ്ണുകൾ ഇരുവശങ്ങളിലേക്കും കറക്കുക. 10 x 2

II. കഴുത്ത്

1. ശ്വാസം എടുത്തുകൊണ്ടും പുറത്തേക്കു വിട്ടുകൊണ്ടും ഇരു പാർശ്വ ങ്ങളിലെ ഭുജങ്ങളെ സ്പർശിക്കുക. തുടർന്ന് മുന്നോട്ടും പിന്നോട്ടും ചലിപ്പിക്കുക. (10 വീതം)

III. ഭുജങ്ങൾ

1. കൈകൾ മടക്കി ഭുജങ്ങളിൽ സ്പർശിച്ചുകൊണ്ട് മുന്നോട്ടും പിന്നോട്ടും വട്ടം കറക്കുക. 10 x 2

IV. കൈക്കുഴ

1. കൈക്കുഴ മുകളിലേക്കും താഴേക്കും ചലിപ്പിക്കുക. തുടർന്ന് കൈക്കുഴ ഇരുവശങ്ങളിലേക്കും കറക്കുക. 10 x 2

V. അരക്കെട്ട്

1. അരക്കെട്ട് മുന്നോട്ടും പിന്നോട്ടും പാർശ്വങ്ങളിലേക്കും ചലിപ്പിക്കുക. 10 x 2

VI. കാൽമുട്ടുകൾ

1. കാൽമുട്ടുകൾ മുന്നിലേക്കും പിന്നിലേക്കും ചലിപ്പിക്കുക. 10 x 2

VII. പാദങ്ങൾ

1. പാദങ്ങൾ ഇരുവശങ്ങളിലേക്കും വട്ടം കറക്കുക. 10 x 2

VIII. ഉപ്പൂറ്റി ഉയർത്തി താഴ്ത്തുക. (10 വീതം)

IX. കൈവിരൽ ചുരുട്ടി നിവർത്തുക (30)

താടാസനം

ശംഖപ്രക്ഷാളന ശ്രേണിയിലെ ഒന്നാമത്തെ ആസനമാണിത്.

ചെയ്യുന്ന വിധം

1. പാദങ്ങൾ ചേർത്തുവച്ച് കൈകൾ ശരീരത്തോട് ചേർത്തുവച്ച് പാദ ങ്ങൾ തറയിൽ ഉറപ്പിച്ചുനില്ക്കുക.

2. ശ്വാസം എടുത്തുകൊണ്ട് കൈകൾ പാർശ്വങ്ങളിലൂടെ ഉയർത്തുക. കൈപ്പത്തികൾ കോർത്ത് പിടിച്ച് കൈപ്പത്തികൾ മുകളിലേക്ക് തിരിച്ചുപിടിക്കുക. ഉപ്പൂറ്റികൾ ഉയർത്തുക.

3. കൈകൾ ചെവിയോടുചേർന്നിരിക്കട്ടെ. 3 മുതൽ 5 സെക്കന്റ് വരെ
    അതേ സ്ഥിതി തുടരുക.

4. ശ്വാസം പുറത്തേക്കുവിട്ടുകൊണ്ട് കൈകൾ പാർശ്വങ്ങളിലൂടെ
    താഴ്ത്തി ഉപ്പൂറ്റി താഴ്ത്തി പൂർവ്വസ്ഥിതിയെ പ്രാപിക്കുക.

പ്രയോജനം

1. ശ്വാസകോശത്തിന് ബലവും വികാസവും ലഭിക്കുന്നു.

2. നട്ടെല്ലിനും ഹൃദയത്തിനും ബലം ലഭിക്കുന്നു. സ്ത്രീകൾക്ക്
    ആർത്തവചക്രം ക്രമീകരിക്കാൻ സഹായിക്കുന്നു.

3   ഉദരപേശികളെയും ബലപ്പെടുത്തുന്നു കുടലുകൾക്ക് വികാസമുണ്ടാ
    കുന്നു.

4. ശരീരത്തിന്റെ ആലസ്യത്തെ ഇല്ലാതാക്കുന്നു. നാഡികളുടെ
    പ്രവർത്തനം കാര്യക്ഷമമാക്കുന്നു.

5. മനസ്സൈഥര്യം ലഭിക്കുന്നു.
    (ഗുരുമുഖത്ത് മാത്രമേ അഭ്യസിക്കാവൂ)

പാർശ്വ താടാസനം

ചെയ്യുന്ന വിധം

1. പാദങ്ങൾ ചേർത്തുവച്ച് കൈകൾ ശരീരത്തോട് ചേർത്തുവച്ച് പാദ
    ങ്ങൾ തറയിൽ ഉറപ്പിച്ചു നില്ക്കുക.

2. ശ്വാസം എടുത്തുകൊണ്ട് കൈകൾ പാർശ്വങ്ങളിലൂടെ ഉയർത്തുക. കൈപ്പത്തികൾ കോർത്തുപിടിച്ച് കൈപ്പത്തികൾ മുകളിലേക്ക് തിരി ച്ചുപിടിക്കുക.

3. ശ്വാസം വിട്ടുകൊണ്ട് അരയ്ക്ക് മുകളിലെ ഭാഗം പാർശ്വങ്ങളിലേക്ക് ചലിപ്പിക്കുക. ശ്വാസം എടുത്ത് ഉയരുക. 3 മുതൽ 5 തവണ ഇത് തുടരുക.

4. ശ്വാസം പുറത്തേക്കുവിട്ടുകൊണ്ട് കൈകൾ പാർശ്വങ്ങളിലൂടെ താഴ്ത്തി പൂർവ്വസ്ഥിതിയെ പ്രാപിക്കുക.

പ്രയോജനം

1. ശ്വാസകോശത്തിന് ബലവും വികാസവും ലഭിക്കുന്നു. ഉയരം ലഭി ക്കുന്നു.

2. നട്ടെല്ലിനും ഹൃദയത്തിനും ബലം ലഭിക്കുന്നു. സ്ത്രീകൾക്ക് ആർത്തവചക്രം ക്രമീകരിക്കാൻ സഹായിക്കുന്നു.

3. ഉദരപേശികളെ ബലപ്പെടുത്തുന്നു കുടലുകൾക്ക് വികാസമുണ്ടാ ക്കുന്നു.

4. ശരീരത്തിന്റെ ആലസ്യത്തെ ഇല്ലാതാക്കുന്നു. നാഡികളുടെ പ്രവർത്തനം കാര്യക്ഷമമാക്കുന്നു.

5. മാനസിക പിരിമുറുക്കം കുറയ്ക്കുന്നു.

6. ബി പി കുറയ്ക്കുന്നു.

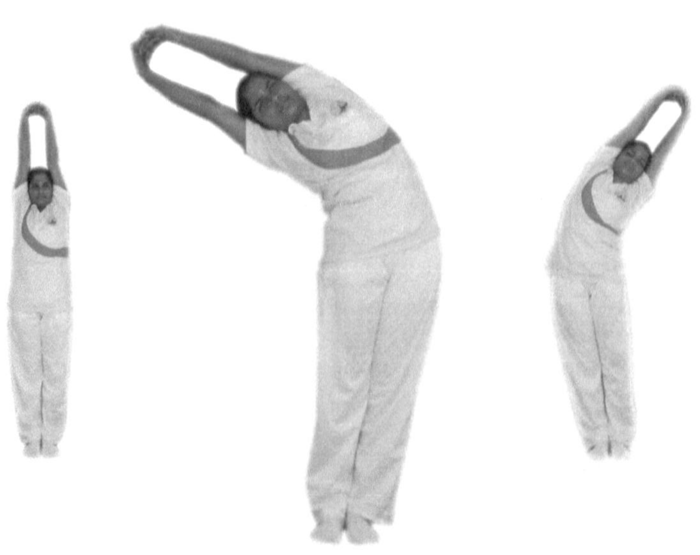

അർദ്ധ കടിചക്രാസനം

ചെയ്യുന്ന വിധം

1. പാദങ്ങൾ ചേർത്തുവച്ച് കൈകൾ ശരീരത്തോട് ചേർത്തുവച്ച് പാദ ങ്ങൾ തറയിൽ ഉറപ്പിച്ചു നില്ക്കുക.

2. ശ്വാസം എടുത്തുകൊണ്ട് ഇടതുകൈ ഇടതുപാർശ്വത്തിലൂടെ ഉയർത്തുക. കൈ ചെവിയോടു ചേർന്നിരിക്കട്ടെ.

3. ശ്വാസം പുറത്തേക്കുവിട്ടുകൊണ്ട് വലതുവശത്തേക്ക് ചരിയുക.

4. ശ്വാസം പുറത്തേക്കുവിട്ടുകൊണ്ട് കൈ പാർശ്വത്തിലൂടെ താഴ്ത്തി പൂർവ്വസ്ഥിതിയെ പ്രാപിക്കുക. വലതുവശത്തും ഇത് ആവർത്തി ക്കുക.

പ്രയോജനം

1. പുറം വേദന ഇല്ലാതാക്കുന്നു. അരക്കെട്ടിലെയും തുടർന്നുള്ള ഭാഗ ത്തിലെയും കൊഴുപ്പിനെ ഇല്ലാതാക്കാൻ സഹായിക്കുന്നു.

2. നട്ടെല്ലിനും അരക്കെട്ടിനും ബലവും വഴക്കവും ലഭിക്കുന്നു. സ്ത്രീകൾക്ക് ആർത്തവചക്രം ക്രമീകരിക്കാൻ സഹായിക്കുന്നു.

3. കൈ കാൽ, ഉദരപേശി ഇവയെ ബലപ്പെടുത്തുന്നു. ആസ്തമ, ഉയർന്ന രക്തസമ്മർദ്ദം ഇവയെ നിയന്ത്രിക്കുന്നു.

4. ശരീരത്തിന്റെ ആലസ്യത്തെ ഇല്ലാതാക്കുന്നു. നാഡികളുടെ പ്രവർത്തനം കാര്യക്ഷമമാകുന്നു.

സൂര്യനമസ്കാരം

1. പ്രണാമാസനം
2. അർദ്ധ ചന്ദ്രാസനം
3. പാദഹസ്താസനം
4. അശ്വസഞ്ചലനാസനം
5. ദണ്ഡാസനം
6. ശശാങ്കാസനം
7. അഷ്ടാംഗനമസ്കാരം
8. ഭുജംഗാസനം
9. പർവ്വതാസനം
10. അശ്വസഞ്ചാലനാസനം
11. പാദഹസ്താസനം
12. അർദ്ധചന്ദ്രാസനം
13. പ്രണാമാസനം

ചെയ്യേണ്ട വിധം

1. മലർന്ന് കിടക്കുക.
2. ശ്വാസക്രമത്തിൽ കൈകളും തലയും നെഞ്ചും ഉയർത്തുക
3. ശ്വാസക്രമത്തിൽ താഴ്ത്തി പൂർവ്വസ്ഥിതിയിലാക്കുക
4. മുദ്രകൾ അനുഷ്ഠിക്കുക

മേരുദണ്ഡാസനം

ഗുണങ്ങൾ

നട്ടെല്ലിനെയാണു മേരുദണ്ഡ് എന്നുപറയുന്നത്. നട്ടെല്ലിനെ ബല പ്പെടുത്തുകയും ഓരോ കശേരുക്കളെയും അയവുള്ളതാക്കുകയും ചെയ്താൽ കഠിനയോഗാസനങ്ങൾ വരെ ഏവർക്കും അഭ്യസിക്കാം. ഇതിനുവേണ്ടിയുള്ളതാണ് മേരു ദണ്ഡാസനം. ഇതിന്റെ ആദ്യപടിയായ ലഘുരുപമാണ് അർദ്ധമേരുദണ്ഡാസനം. അർദ്ധമേരുദണ്ഡാസനം തുടർച്ചയായി പരിശീലിച്ചു വശമാക്കി കഴിഞ്ഞശേഷമേ മേരുദണ്ഡാസനം അഭ്യസിക്കാനാവൂ.

ഉദ്ധിത ഏകേകപാദാസനം 45^0

ചെയ്യുന്ന വിധം

1. നീണ്ടു നിവർന്നു മലർന്നു കിടക്കുക. കാല്പാദങ്ങൾ രണ്ടും ചേർത്തു കൈകൾ അതതു വശത്തു തുടയോടു ചേർത്തുനീട്ടി കൈപ്പത്തി കമഴ്ത്തി വയ്ക്കുക.

2. ശ്വാസക്രമത്തിൽ ഇടതുകാൽ മുട്ടുവളയ്ക്കാതെ സാവധാനം 45^0 ഡിഗ്രി വരെ ഉയർത്തുക.

3. ശ്വാസക്രമത്തിൽ സാവകാശം കാലുകൾ പഴയപടി താഴേക്കു കൊണ്ടുവരണം.

4. ഇനി വലതുകാൽകൊണ്ടും ഇത് ആവർത്തിക്കുക. ഇത്തരത്തിൽ ഓരോ കാലും മാറി മാറി അഞ്ച്–ആറ് തവണ ആവർത്തിക്കണം.

5. മുദ്രകൾ അനുഷ്ഠിക്കുക.

പ്രയോജനം

1. നട്ടെല്ലു മാത്രമല്ല തുടയെല്ലും അരക്കെട്ടും ബലപ്പെടുന്നു.
2. നടുവേദന, നടുവെട്ടൽ എന്നിവ ഒഴിവാക്കാൻ ഈ ആസനം വളരെ നല്ലതാണ്.
3. ഉദരപേശികളെ ബലപ്പെടുത്തുന്നു. വയറിലെ ആന്തരിക അവയവ ങ്ങൾക്ക് ഉഴിച്ചിൽ ലഭിക്കുന്നു.
4. വസ്തി പ്രദേശത്തെ പേശികളെ ബലപ്പെടുത്തുന്നു. രക്തത്തിലെ പ്രമേഹം നിയന്ത്രിക്കുന്നു.

ഉദ്ധിത ഏകേകപാദാസനം 90^0

ഏകപാദം 45^0 യിലേതുപോലെ കിടന്ന് ഓരോ വീതം 90^0 (കുത്ത നെ) ഉയർത്തി താഴ്ത്തുക.

ഉദ്ധിത ദിപാദാസനം 45^0

ചെയ്യുന്ന വിധം

1. നീണ്ടു നിവർന്നു മലർന്നു കിടക്കുക. കാല്പാദങ്ങൾ രണ്ടും ചേർത്തും കൈകൾ അതതു വശത്തു തുടയോടു ചേർത്തുനീട്ടി കൈപ്പത്തി കമഴ്ത്തി വയ്ക്കുക.
2. ഇരു കാലുകളും ചേർത്തുവച്ച് 45^0 ഡിഗ്രി വരെ ഉയർത്തുന്നതാണ് പൂർണ്ണ മേരുദണ്ഡാസനം (31 മുദ്രകൾ അനുഷ്ഠിക്കുക)

ഉദ്ധിത ദ്വിപാദാസനം 90^0

ദ്വിപാദം 45^0 യിലേതുപോലെ കിടന്ന് ഇരുകാലുകളും 90^0 ഉയർത്തി താഴ്ത്തുക.

ഉദരഘർഷണാസനം

ചെയ്യുന്ന വിധം

1. നീണ്ടു നിവർന്നു മലർന്നു കിടക്കുക. കാല്പാദങ്ങൾ രണ്ടും ചേർത്തും കൈകൾ അതതു വശത്തു തുടയോടു ചേർത്തുനീട്ടി കൈപ്പത്തി കമഴ്ത്തി വയ്ക്കുക.

2. ശ്വാസക്രമത്തിൽ ഇടതുകാൽ മുട്ടുമടക്കി വയ്ക്കുക. കൈകൾ രണ്ടും ഭുജങ്ങൾക്ക് സമാന്തരമായി തറയിൽ പതിച്ചു വയ്ക്കുക.

3. ശ്വാസക്രമത്തിൽ വിട്ടുകൊണ്ട് സാവകാശം ഇടതുകാൽ വലതു വശത്തേക്ക് മറിച്ചുവയ്ക്കുക തല ഇടതുവശത്തേക്ക് തിരിക്കുക.

4. ഇനി വലത് കാൽകൊണ്ടും ഇത് ആവർത്തിക്കുക. ഇത്തരത്തിൽ ഓരോ കാലും മാറി മാറി അഞ്ച് ആറു തവണ ആവർത്തിക്കണം.

പ്രയോജനം

1. നട്ടെല്ലിന് ബലവും വഴക്കവും ലഭിക്കുന്നു. നടുവേദന അകറ്റുന്നു.

2. വിഷാദവും ഉൽക്കണ്ഠയും ഇല്ലാതാവുന്നു. സ്ത്രീകൾക്ക്
    ആർത്തവചക്രം ക്രമീകരിക്കാൻ സഹായിക്കുന്നു.

3. ഉദരപേശികളെ ബലപ്പെടുത്തുന്നു. വയറിലെ ആന്തരിക അവയവ
    ങ്ങൾക്ക് ഉഴിച്ചിൽ ലഭിക്കുന്നു.

4. വസ്തി പ്രദേശത്തെ പേശികളെ ബലപ്പെടുത്തുന്നു. രക്തത്തിലെ
    പഞ്ചസാര നിയന്ത്രിക്കുന്നു.

ചെയ്യാൻ പാടില്ലാത്തവർ

അൾസർ ഉള്ളവർ.

അനന്താസനം

ശരീരത്തിന് പൊതുവേ നല്ല ഉന്മേഷം അനുഭവപ്പെടുന്ന ഒന്നാണ്
ഇത്.

ചെയ്യുന്ന വിധം

1. ശരീരം സമമായി അഥവാ കാലുമുതൽ ശിരസ്സുവരെ ഒരേ വരയിൽ
    വരത്തക്കവണ്ണം ഇടതുവശം ചരിഞ്ഞുകിടക്കുക. ഇടതു കൈമുട്ട്
    തറയിൽ കൊള്ളിച്ച് ഇടതു കൈവിരലുകൾ ചെവിയോട് ചേർത്ത്
    പിടിക്കുക.

2. ശ്വാസക്രമത്തിൽ വലിച്ചെടുത്തു വലതുകാൽ മുട്ടുവളയ്ക്കാതെ സാവധാനം 90 ഡിഗ്രി വരെ ഉയർത്തുക. വലതു കൈകൊണ്ട് കാലിന്റെ പെരുവിരലിൽ പിടിക്കുക. 3 മുതൽ 5 വരെ ദീർഘമായ ശ്വാസോച്ഛ്വാസം നടത്തുക.

3. ശ്വാസക്രമത്തിൽ സാവകാശം കാലുകൾ പഴയപടി താഴേക്കു കൊണ്ടുവരണം.

4. ഇനി വലത് കാൽകൊണ്ടും ഇത് ആവർത്തിക്കുക.

5. മുദ്രകൾ അനുഷ്ഠിക്കുക.

പ്രയോജനം

1. തുടയെല്ലും അരക്കെട്ടും ബലപ്പെടുന്നു. വാത സംബന്ധമായ ഇടു പ്പുവേദന, തരിപ്പ് ഇവ ഇല്ലാതാകുന്നു.

2. ഹൃദയത്തിലേക്കും തലച്ചോറിലേക്കും രക്തചംക്രമണം കൂടുന്നു. ദഹനപ്രക്രിയ ത്വരിതപ്പെടുന്നു.

3. മാനസിക പിരിമുറുക്കം ഉൽക്കണ്ഠ ഇവയിൽനിന്നും മോചനം ലഭിക്കുന്നു.

4. മൂത്രാശയ രോഗങ്ങൾ, ഗർഭാശയ രോഗങ്ങൾ ഇല്ലാതാവുന്നു. ആർത്തവ സംബന്ധമായ രോഗങ്ങൾക്ക് ഒരു പരിഹാരമാണ്

5. പുരുഷന്മാരെ അലട്ടുന്ന ശീഘ്രസ്ഖലനം, ലൈംഗിക ശേഷിക്കു റവ് ഇവ പരിഹരിക്കാൻ കഴിയുന്നു.

6. മുട്ട് വേദന ശമിക്കുന്നു.

ചെയ്യാൻ പാടില്ലാത്തവർ

സ്ലിപ്പ് ഡിസ്കുള്ളവർ,

ഹലാസനം

ഹലം എന്നാൽ കലപ്പ എന്നർത്ഥം. മനുഷ്യശരീരത്തിലെ സകല അവയവങ്ങൾക്കും നാഡി ഞരമ്പുകൾക്കും വ്യായാമം നല്കാൻ കഴി വുള്ളതുകൊണ്ടാണ് ഇതിനെ ഹലാസനം എന്ന് പറയുന്നത്.

ചെയ്യുന്ന വിധം

1. നീണ്ടു നിവർന്നു മലർന്നുകിടക്കുക. കാല്പാദങ്ങൾ രണ്ടും ചേർത്തും കൈകൾ അതതു വശത്തു തുടയോടു ചേർത്തു നീട്ടി കൈപ്പത്തി കമഴ്ത്തി വയ്ക്കുക.

2. ശ്വാസക്രമത്തിൽ ഇരുകാലുകൾ മുട്ടുവളയ്ക്കാതെ സാവധാനം 90 ഡിഗ്രി വരെ ഉയർത്തുക.

3. ശ്വാസക്രമത്തിൽ സാവകാശം കാലുകൾ രണ്ടും ഉയർത്തി

തലയ്ക്കു പിന്നിൽ തറയിൽ സ്പർശിക്കുക. മൂന്നു മുതൽ അഞ്ചു സെക്കന്റ് വരെ തൽസ്ഥിതി തുടരുക.

4. ശ്വാസക്രമം പാലിച്ചുകൊണ്ട് പൂർവ്വസ്ഥിതിയെ പ്രാപിക്കുക.

പ്രയോജനം

1. ദഹനക്കേട്, ഗ്യാസ്ട്രബിൾ, മലബന്ധം, ഇടുപ്പുവേദന, കാലുകൾക്കു ണ്ടാകുന്ന വേദന ഇവ ഇല്ലാതാക്കുന്നു. കുടവയർ കുറയ്ക്കുന്നു.

2. ഉദരത്തിലെയും ശരീരത്തിലെയും കൊഴുപ്പ് ഇല്ലാതാക്കുന്നു. അമിത രക്തസമ്മർദ്ദത്തെ നിയന്ത്രിക്കുന്നു.

3. തൈറോയിഡ് ഗ്ലാന്റ്, കിഡ്നി, സ്പ്ലീൻ, പാൻക്രിയാസ് ഇവയുടെ പ്രവർത്തനത്തെ ത്വരിതപ്പെടുത്തുന്നു.

4. നട്ടെല്ലിനു അയവു കിട്ടുന്നു. രക്തത്തിലെ പഞ്ചസാരയെ നിയന്ത്രി ക്കുന്നു.

5. കണ്ഠശുദ്ധി വർദ്ധിക്കുന്നു.

6. ഓർമ്മ, ബുദ്ധി എന്നിവ വർദ്ധിക്കുന്നു.

7. ലൈംഗിക ശേഷി കൂടുന്നു.

8. സദ്‌വിചാരവും സദ് ഗുണവും ലഭിക്കുന്നു.

ചെയ്യാൻ പാടില്ലാത്തവർ

കഴുത്തുവേദന, ഹൃദയസംബന്ധമായ രോഗങ്ങൾ ഉള്ളവർ, രക്ത

സമ്മർദ്ദം ഉള്ളവർ, രക്തസമ്മർദ്ദം കുറഞ്ഞവർ, തീവ്രമായ പുറം വേദന യുള്ളവർ, സായാടിക് രോഗം ഉള്ളവർ.

സർവ്വാംഗാസനം

നട്ടെല്ലിനും വയറിനും ആരോഗ്യാമൃതമെന്നു വിശേഷിപ്പിച്ചിട്ടുള്ള സർവ്വാംഗാസനത്തിന് ആസനമുറകളിൽ സുപ്രധാനമായ സ്ഥാനമാണ്. മനുഷ്യശരീരത്തിലെ സകല അവയവങ്ങൾക്കും നാഡിഞരമ്പുകൾക്കും വ്യായാമം. എല്ലാ ഗ്രന്ഥികളുടെയും പ്രവർത്തനം ഊർജ്ജിതമാക്കുന്നു. ആസനത്തിന്റെ രാജകുമാരൻ എന്ന് വിളിക്കുന്നു.

ചെയ്യുന്ന വിധം

1. നീണ്ടു നിവർന്നു മലർന്നുകിടക്കുക. കാല്പാദങ്ങൾ രണ്ടും ചേർത്തും കൈകൾ അതതു വശത്തു തുടയോടു ചേർത്തുനീട്ടി കൈപ്പത്തി, കമഴ്ത്തിവയ്ക്കുക.
2. ശ്വാസം ദീർഘമായി അകത്തേക്കു വലിച്ചെടുത്തു ഇരുകാലുകൾ മുട്ടുവളയ്ക്കാതെ സാവധാനം 90 ഡിഗ്രി വരെ ഉയർത്തുക.
3. ശ്വാസക്രമത്തിൽ സാവകാശം കാലുകളും, ശരീരവും ഉയർത്തി (തോളിന്മേൽ) ഉയർത്തി 90 ഡിഗ്രിയിൽ നിർത്തുക. താടി നെഞ്ചു മായി നല്ലവണ്ണം അമർന്നിരിക്കും. 5 മുതൽ 10 സെക്കന്റ് വരെ തൽസ്ഥിതി തുടരുക. കാലിന്റെ തള്ളവിരലിലേക്ക് നോക്കുക.

4. ശ്വാസക്രമം പാലിച്ചുകൊണ്ട് പൂർവ്വസ്ഥിതിയെ പ്രാപിക്കുക. 15 മുതൽ 30 സെക്കന്റ് വരെ ശവാസനം അനുഷ്ഠിക്കുക.
5. മുദ്രകൾ അനുഷ്ഠിക്കുക.

പ്രയോജനം

1. ദഹനക്കേട്, ഗ്യാസ്ട്രബിൾ, മലബന്ധം, ഹെർണിയ, അർശസ്, ഇടുപ്പു വേദന, കാലുകൾക്കുണ്ടാകുന്ന വേദന ഇവ ഇല്ലാതാക്കുന്നു. കുടവയർ കുറയ്ക്കുന്നു ഓർമ്മശക്തി കൂട്ടുന്നു.
2. ഉദരത്തിലെയും ശരീരത്തിലെയും കൊഴുപ്പ് ഇല്ലാതാക്കുന്നു. അതി രക്തസമ്മർദ്ദത്തെ നിയന്ത്രിക്കുന്നു.
3. തൈറോയിഡ് ഗ്ലാന്റ്, കിഡ്നി, സ്പ്ലീൻ പാൻക്രിയാസ് ഇവയുടെ പ്രവർത്തനത്തെ ത്വരിതപ്പെടുത്തുന്നു.
4. ഗർഭാശയ രോഗങ്ങൾ, ആർത്തവ പ്രശ്നങ്ങൾ എന്നിവ ഇല്ലാതാ കുന്നു. രക്തത്തിലെ പഞ്ചസാരയെ നിയന്ത്രിക്കുന്നു.
5. ലൈംഗികശേഷി വർദ്ധിപ്പിക്കുന്നു. മുടി കൊഴിച്ചിൽ, അകാലനര ഇവ പരിഹരിക്കുന്നു.
6. ചെവി, മൂക്ക്, തൊണ്ട എന്നിവിടങ്ങളിലെ പ്രശ്നങ്ങളെ പരിഹരി ക്കുന്നു.
7. രക്തചംക്രമണ വ്യവസ്ഥ, ശ്വസന വ്യവസ്ഥ, ദഹന വ്യവസ്ഥ ഇവയെ ത്വരിതപ്പെടുത്തുന്നു.
8. ശരീരത്തിന്റെ സ്വാഭാവിക ഭാരം നിലനിർത്തുന്നു.
9. വൃക്ക സംബന്ധമായ രോഗങ്ങൾ, മൂത്രാശയ രോഗങ്ങൾ എന്നിവ പരിഹരിക്കുന്നു.
10. സ്ഥിരമായ പരിശീലനം ത്വക് രോഗം ഇല്ലാതാകുന്നു. രക്തശുദ്ധി വരുത്തുന്നു.
11. ലുക്കീമിയ, ആസ്തമ, കരൾ സംബന്ധമായ പ്രശ്നങ്ങൾ, കുടൽ സംബന്ധമായ പ്രശ്നങ്ങൾ, പ്രമേഹം, വെരിക്കോസ് വെയിൻ ഇവയെ സുഖപ്പെടുത്തുന്നു.
12. ആസ്തമരോഗം സുഖപ്പെടുന്നു.
13. ഇൻഡോമ്നിയ അഥവാ ഉറക്കമില്ലായ്മയ്ക്ക് പരിഹാരമാണ്.
14. ബുദ്ധി, ഓർമ്മ എന്നിവ വർദ്ധിക്കുന്നു.
15. ഹോർമോണുകൾ സന്തുലിതമാകുന്നു.

ചെയ്യാൻ പാടില്ലാത്തവർ

കഴുത്ത് വേദന, ഹൃദയ സംബന്ധമായ രോഗങ്ങൾ ഉള്ളവർ, രക്ത സമ്മർദ്ദം ഉള്ളവർ, തീവ്രമായ പുറം വേദനയുള്ളവർ, സായാടിക് രോഗം ഉള്ളവർ, മദ്ധ്യ കർണ്ണവുമായി ബന്ധപ്പെട്ട രോഗമുള്ളവർ.

സേതുബന്ധനാസനം

സർവ്വാംഗാസനത്തിന്റെ ശിശുവാണിത്.

ചെയ്യുന്ന വിധം

1. കൈകാലുകൾ ശരീരത്തോട് ചേർത്തുവച്ച് മലർന്നു കിടക്കുക.
2. കാലുകൾ മടക്കി അരക്കെട്ടിനോട് ചേർത്ത് വയ്ക്കുക.
3. കൈകൾ കൊണ്ട് അരക്കെട്ടിനെ താങ്ങി ശരീരത്തെ കഴിവിന്റെ പരമാവധി ഉയർത്തുക.
4. തുടർന്ന് സാധാരണ ശ്വാസോച്ഛ്വാസം നടത്തുക. തുടർന്ന് പൂർവ്വ സ്ഥിതിയെ പ്രാപിക്കുക.
5. മുദ്രകൾ അനുഷ്ഠിക്കുക

പ്രയോജനം

1. കൈകാലുകളുടെ പേശികളെ ബലപ്പെടുത്തുന്നു. പുറം വേദന ഇല്ലാതാക്കുന്നു.
2. വയറിനുള്ളിലെ അവയവങ്ങൾ പ്രവർത്തനക്ഷമമാകുന്നു. സ്ത്രീകളുടെ ജനനേന്ദ്രിയത്തെ ശക്തിപ്പെടുത്തുന്നു.
3. രക്തചംക്രമണത്തെ ത്വരിതപ്പെടുത്തുന്നു. ആസ്തമ രോഗങ്ങൾക്ക് ഗുണപ്രദമാണ്.

4. ആർത്തവപ്രശ്നങ്ങൾ, ഗർഭച്ഛിദ്രം ഇവയ്ക്ക് പരിഹാരമാണ് ഈ ആസനം.
5. ഊർജ്ജസ്വലത, മനോബലം, കായബലം, പൗരുഷം ഇവ വർദ്ധി ക്കുന്നു.
6. തൈറോയ്ഡ് പ്രശ്നം പരിഹരിക്കുന്നു.

ചെയ്യാൻ പാടില്ലാത്തവർ

പെപ്ടിക് അൾസർ, ഹെർണിയ.

ചക്രാസനം

ചെയ്യുന്ന വിധം

1. കൈകാലുകൾ ശരീരത്തോട് ചേർത്തുവച്ച് മലർന്നുകിടക്കുക.
2. കാലുകൾ മടക്കി അരക്കെട്ടിനോട് ചേർത്ത് വയ്ക്കുക.
3. കൈകൾ ചെവിക്കു പാർശ്വങ്ങളിൽ തറയിൽ കുത്തി വയ്ക്കുക.
4. ശ്വാസം എടുത്തുകൊണ്ടു കൈകാലുകളുടെ ബലത്താൽ ശരീ രത്തെ ഉയർത്തുക. തുടർന്ന് സാധാരണ ശ്വാസോച്ഛ്വാസം നടത്തുക.
5. പൂർവ്വസ്ഥിതി പ്രാപിക്കുക.
6. മുദ്രകൾ അനുഷ്ഠിക്കുന്നു.

പ്രയോജനം

1. കൈകാലുകളുടെ പേശികളെ ബലപ്പെടുത്തുന്നു.
2. വയറിനുള്ളിലെ അവയവങ്ങൾ പ്രവർത്തനക്ഷമമാകുന്നു.

3.   രക്തചംക്രമണത്തെ ത്വരിതപ്പെടുത്തുന്നു.
4.   ഇന്ദ്രിയങ്ങളുടെ കഴിവ് വർദ്ധിക്കുകയും ഓർമ്മശക്തി കൂടുകയും
     ചെയ്യുന്നു.
5.   ഊർജ്ജസ്വലത, മനോബലം, കായബലം, പൗരുഷം ഇവ വർദ്ധി
     ക്കുന്നു.

ചെയ്യാൻ പാടില്ലാത്തവർ

റ്റി ബി, ഉള്ളവർ, ഹെർണിയ, കരൾ വീക്കം, പ്ലീഹ വീക്കം, മൈഗ്രെയ്ൻ, ഉയർന്ന രക്തസമ്മർദ്ദം, സെർവിക്കൽ പ്രശ്നങ്ങൾ, ചെവി സംബന്ധമായ തകരാറുള്ളവർ, അമിത ആർത്തവ രക്തപ്പോക്കുള്ളവർ.

അർദ്ധ മത്സ്യാസനം
ചെയ്യുന്നവിധം

1.   കൈകാലുകൾ ശരീരത്തോട് ചേർത്തുവച്ച് മലർന്നുകിടക്കുക.
2.   കൈപ്പത്തികൾ ചേർത്ത് അരക്കെട്ടിനു അടിയിൽ തറയിൽ പതിച്ചു
     വയ്ക്കുക.
3.   ശ്വാസക്രമത്തിൽ കൈമുട്ടുകളുടെ സഹായത്തോടെ അരക്കെട്ടിനു
     മുകളിലോട്ടുള്ള ഭാഗം ഉയർത്തുക.
4.   ശ്വാസക്രമത്തിൽ തല പിന്നിലേക്ക് വളച്ചു തറയിൽ മെല്ലെ സ്പർശി
     ക്കുക.
5.   മുദ്രകൾ അനുഷ്ഠിക്കുക.

പ്രയോജനം

1. നട്ടെല്ലിനും പുറംപേശികൾക്കും അയവും ബലവും ലഭിക്കുന്നു.
2. ശ്വാസകോശസംബന്ധമായ പ്രശ്നങ്ങൾക്കും ആസ്തമയ്ക്കും ഇത് ഒരു പരിഹാരമാണ്.
3. സ്ഥിരമായ പരിശീലനം വന്ധ്യതയെ ഇല്ലാതാക്കുന്നു.
4. മൂലക്കുരുവിനാൽ ഉണ്ടാകുന്ന ബ്ലീഡിങ് ഇല്ലാതാക്കുന്നു.
5. സ്ഥിരമായ പരിശീലനം സന്ധി വാതം, മുതുകുവേദന, കഴുത്തു വേദന, സ്പോണ്ടിലോസിസ് ഈ രോഗങ്ങൾക്ക് പരിഹാരമാണ്. നല്ല ഉറക്കം ലഭിക്കുന്നു.
6. മൂത്രതടസ്സം മാറുന്നു.
7. ശ്വാസം മുട്ടലുള്ളപ്പോൾ ചെയ്യരുത്.

ചെയ്യാൻ പാടില്ലാത്തവർ

ഹെർണിയ, മൈഗ്രെയ്ൻ, ഉയർന്ന രക്ത സമ്മർദ്ദം, സെർവിക്കൽ പ്രശ്നങ്ങൾ, അമിത ആർത്തവ രക്തപ്പോക്കുള്ളവർ.

പശ്ചിമോത്താനാസനം

ആസനങ്ങളിൽ ത്രിമൂർത്തികളെന്ന് അറിയപ്പെടുന്നത് ശീർഷാസനം, സർവ്വാംഗാസനം, പശ്ചിമോത്താനാസനം എന്നിവയാണ്.

ചെയ്യുന്ന വിധം

1. ദണ്ഡാസനത്തിൽ ഇരിക്കുക.
2. ശ്വാസക്രമത്തിൽ വലിച്ചെടുത്ത് ഇരുകാലുകൾ മുട്ടുവളയ്ക്കാതെ കൈകൾ പാർശ്വങ്ങളിലൂടെ ശിരസ്സിനു മുകളിലേക്ക് ഉയർത്തി വയ്ക്കുക. നട്ടെല്ലിനെ കഴിയുന്നത്ര വലിച്ചു നീട്ടണം.
3. നട്ടെല്ലിന്റെ മുകളിലോട്ടുള്ള വലിവ് നിലനിർത്തി ശ്വാസക്രമത്തിൽ സാവകാശം അരക്കെട്ട് മുന്നോട്ടു വളച്ചു കാൽ വിരലുകളിൽ തൊടുക. നെറ്റി മുട്ടിൽ തൊട്ടിരിക്കണം. മൂന്നു മുതൽ അഞ്ചു സെക്കന്റ് വരെ തൽസ്ഥിതി തുടരുക.
4. ഉഡിയാനാസനം അനുഷ്ഠിക്കുക
5. ശ്വാസക്രമം പാലിച്ചുകൊണ്ട് പൂർവ്വസ്ഥിതിയെ പ്രാപിക്കുക.

പ്രയോജനം

1. ദഹനക്കേട്, ഗ്യാസ്ട്രബിൾ, മലബന്ധം, ഇടുപ്പുവേദന, കാലുകൾക്കു ണ്ടാകുന്ന വേദന ഇവ ഇല്ലാതാക്കുന്നു. കുടവയർ കുറയ്ക്കുന്നു.
2. ഉദരത്തിലെയും ശരീരത്തിലെയും കൊഴുപ്പ് ഇല്ലാതാക്കുന്നു. അതി രക്തസമ്മർദ്ദത്തെ നിയന്ത്രിക്കുന്നു.

3. തൈറോയിഡ് ഗ്ലാന്റ്, കിഡ്നി, സ്പ്ലീൻ, പാൻക്രിയാസ് ഇവയുടെ പ്രവർത്തനത്തെ ത്വരിതപ്പെടുന്നു.
4. ഗർഭാശയ രോഗങ്ങൾ, ആർത്തവ പ്രശ്നങ്ങൾ ഇല്ലാതാകുന്നു. രക്ത ത്തിലെ പഞ്ചസാരയെ നിയന്ത്രിക്കുന്നു.
5. ലൈംഗികശേഷി വർദ്ധിപ്പിക്കുന്നു ഇവ ഹൃദയത്തിനും കരളിനും പ്ലീഹയ്ക്കും ശക്തമായ തടവലും ഉത്തേജനവും നല്കുന്നു.
6. സുഷുമ്നയിലൂടെ പ്രാണൻ സഞ്ചരിക്കുന്നതിനും ഉദരാഗ്നി ആളി ക്കത്തുന്നതിനും അരക്കെട്ട് ഒതുങ്ങുന്നതിനും രോഗനിവാരണ ത്തിനും വളരെ നല്ലതാണ്.

ചെയ്യാൻ പാടില്ലാത്തവർ

സായാടിക് രോഗികൾ, ആസ്തമ, അൾസർ, ഉയർന്ന രക്തസമ്മർദ്ദം ഉള്ളവർ.

ഉപവിഷ്ടകോന്നാസനം
ചെയ്യുന്ന വിധം

1. ദണ്ഡാസനത്തിൽ കാലുകൾ വിടർത്തിവച്ചിരിക്കുക
2. ശ്വാസക്രമത്തിൽ ഇരുകാലുകൾ മുട്ടുവളയ്ക്കാതെ കൈകൾ പാർശ്വ ങ്ങളിലൂടെ ശിരസ്സിനു മുകളിലേക്ക് ഉയർത്തി വയ്ക്കുക. നട്ടെല്ലിനെ

കഴിയുന്നത്ര വലിച്ചു നീട്ടണം.
3. നട്ടെല്ലിന്റെ മുകളിലോട്ടുള്ള വലിവ് നിലനിർത്തി ശ്വാസക്രമത്തിൽ സാവകാശം അരക്കെട്ട് മുന്നോട്ടു വളച്ചു കാൽവിരലുകളിൽ തൊടുക. നെറ്റി മുട്ടിൽ തൊട്ടിരിക്കണം. മൂന്നു മുതൽ അഞ്ചു സെക്കന്റ് വരെ തൽസ്ഥിതി തുടരുക.
4. ഉഡിയാണസനം സാംഭവിമുദ്ര എന്നിവ അനുഷ്ഠിക്കുക.
5. ശ്വാസക്രമം പാലിച്ചുകൊണ്ട് പൂർവ്വസ്ഥിതിയെ പ്രാപിക്കുക.

പ്രയോജനം

1. ദഹനക്കേട്, ഗ്യാസ്ട്രബിൾ, മലബന്ധം, ഇടുപ്പുവേദന, കാലുകൾക്കു ണ്ടാകുന്ന വേദന ഇവ ഇല്ലാതാക്കുന്നു. കുടവയർ കുറയ്ക്കുന്നു.
2. ഉദരത്തിലെയും ശരീരത്തിലെയും കൊഴുപ്പ് ഇല്ലാതാക്കുന്നു. അതി രക്തസമ്മർദ്ദത്തെ നിയന്ത്രിക്കുന്നു.
3. തൈറോയിഡ് ഗ്ലാന്റ്, കിഡ്നി, സ്പ്ലീൻ, പാൻക്രിയാസ് ഇവയുടെ പ്രവർത്തനത്തെ ത്വരിതപ്പെടുത്തുന്നു.
4. ഗർഭാശയ രോഗങ്ങൾ, ആർത്തവ പ്രശ്നങ്ങൾ ഇല്ലാതാകുന്നു. രക്ത ത്തിലെ പഞ്ചസാരയെ നിയന്ത്രിക്കുന്നു.
5. ലൈംഗികശേഷി വർദ്ധിപ്പിക്കുന്നു ഇവ. ഹൃദയത്തിനും കരളിനും പ്ലീഹയ്ക്കും ശക്തമായ തടവലും ഉത്തേജനവും നല്കുന്നു.
6. സുഷുമ്നയിലൂടെ പ്രാണൻ സഞ്ചരിക്കുന്നതിനും ഉദരാഗ്നി ആളി ക്കത്തുന്നതിനും അരക്കെട്ട് ഒതുങ്ങുന്നതിനും രോഗനിവാരണ ത്തിനും വളരെ നല്ലതാണ്.

ചെയ്യാൻ പാടില്ലാത്തവർ

സായാടിക് രോഗികൾ, ആസ്തമ, അൾസർ ഉള്ളവർ

പൂർവ്വോത്താനാസനം

വിപരീതാസനം എന്ന നിലയിൽ പശ്ചിമോത്താനാസനം കഴിഞ്ഞാ ലുടൻ പൂർവ്വോത്താനാസനം ചെയ്യേണ്ടതാണ്.

ചെയ്യുന്ന വിധം

1. ദണ്ഡാസനത്തിൽ കാലുകൾ നിവർത്തിവച്ചിരിക്കുക.
2. കൈകൾ പിന്നിൽ നിലത്തുറപ്പിക്കുക. കൈവിരലുകൾ പിൻഭാഗ ത്തേക്ക് തിരിഞ്ഞിരിക്കണം.
3. ശ്വാസക്രമത്തിൽ അരക്കെട്ട് കഴിയുന്നത്ര ഉയർത്തുക. പാദങ്ങൾ ചേർന്നിരിക്കണം. നിലത്ത് പതിഞ്ഞിരിക്കണം. തല പുറകിലേക്ക് താഴ്ത്തിയിടുക.

4. ശ്വാസക്രമം പാലിച്ചുകൊണ്ട് പൂർവ്വസ്ഥിതിയെ പ്രാപിക്കുക. കൈക്കുഴകൾ കുടയുക. ശവാസനത്തിൽ വിശ്രമിക്കുക.

പ്രയോജനം

1. മാറിടം വികസിക്കുന്നു. ശ്വാസകോശങ്ങളിലെ പ്രാണൻ ഊർജ്ജ സ്വലമാകുന്നു.
2. രക്തചംക്രമണം സജീവമാകുന്നു. തോളുകളെയും കൈകളെയും അരക്കെട്ടിനെയും ശക്തപ്പെടുത്തുന്നു.

ചെയ്യാൻ പാടില്ലാത്തവർ

കഴുത്ത് വേദന ഉള്ളവർ, നട്ടെല്ലിനു തകരാറുള്ളവർ, പുറം വേദന യുള്ളവർ

മകരാസനം

ചെയ്യുന്നവിധം

1. കൈകാലുകൾ ചേർത്ത് വച്ച് കമഴ്ന്നു കിടക്കുക.
2. കൈമുട്ട് തറയിൽ ഊന്നി കാലുകൾ അകത്തി വച്ച് കൈപ്പത്തി കൾക്കുള്ളിൽ തല വിശ്രമിക്കുന്നു.
3. സാവധാനം കണ്ണുകൾ അടച്ചു വിശ്രമിക്കുക.
4. ശ്വാസക്രമം പാലിച്ചുകൊണ്ട് പൂർവ്വസ്ഥിതിയെ പ്രാപിക്കുക.

പ്രയോജനം

1. നട്ടെല്ല് നീളം കൂടുന്നു. മുതുകിന് വിശ്രമം ലഭിക്കുന്നു.
2. ഉദരത്തിലെയും ശരീരത്തിലെയും കൊഴുപ്പ് ഇല്ലാതാക്കുന്നു. അതി രക്തസമ്മർദ്ദത്തെ നിയന്ത്രിക്കുന്നു.
3. മനസ്സിനെയും ശരീരത്തെയും ശാന്തമാക്കുന്നു.
4. തളർച്ചയെ ഇല്ലാതാക്കുന്നു.
5. നടുവേദന ശമിക്കുന്നു.

ഭുജംഗാസനം

പ്രധാനപ്പെട്ട യോഗാസനങ്ങളിലൊന്നാണ് ഭുജംഗാസനം. പാമ്പ് തല ഉയർത്തി പത്തി വിടർത്തി നില്ക്കുന്നതിന്റെ മാതൃക അനുകരിച്ച് ചെയ്യു ന്നതാണ് ഭുജംഗാസനം.

ചെയ്യുന്ന വിധം

1. ഒരേ രേഖയിൽ കൈകാലുകൾ ചേർത്ത് വച്ച് കമിഴ്ന്നു കിടക്കുക.
2. കൈകൾ നെഞ്ചിനു ഇരുവശവുമായി ഭുജങ്ങളോട് ചേർത്ത് കൈ പ്പത്തികൾ തറയിൽ ഊന്നിവയ്ക്കുക.
3. കൈകൾ നിലത്ത് ഊന്നിക്കൊണ്ട് ശ്വാസക്രമത്തിൽ പൊക്കിൾ വരെ യുള്ള ശരീരഭാഗവുംകൂടി നിലത്തുനിന്നും ഉയർത്തുക. പൊങ്ങിയ

നിലയിൽ നിന്നുകൊണ്ടുതന്നെ ശ്വാസോച്ഛ്വാസം ചെയ്യാവുന്നതാണ്.

4. ശ്വാസക്രമം പാലിച്ചുകൊണ്ട് പൂർവ്വസ്ഥിതിയെ പ്രാപിക്കുക.

പ്രയോജനം

1. നടുവേദന ഇല്ലാതാക്കുന്നു. നട്ടെല്ലിനു വഴക്കം ലഭിക്കുന്നു. ശ്വാസ കോശത്തിന്റെ കഴിവ് കൂട്ടുന്നു.

2. വൃക്കകൾക്ക് ബലം ലഭിക്കുന്നു. പിരിമുറുക്കം ഇല്ലാതാക്കുന്നു.

3. സന്ധിവേദന ഇല്ലാതാക്കുന്നു. കിഡ്നി, സ്പ്ലീൻ, പാൻക്രിയാസ് ഇവ യുടെ പ്രവർത്തനത്തെ ത്വരിതപ്പെടുന്നു.

4. ഗർഭാശയ രോഗങ്ങൾ, ആർത്തവ പ്രശ്നങ്ങൾ ഇല്ലാതാകുന്നു. രക്ത ത്തിലെ പഞ്ചസാരയെ നിയന്ത്രിക്കുന്നു.

ചെയ്യാൻ പാടില്ലാത്തവർ

പെപ്ടിക് അൾസർ, ഹെർണിയ, സ്ലിപ്പ്ഡ് ഡിസ്ക് ഉള്ളവർ.

അർദ്ധശലഭാസനം
ചെയ്യുന്ന വിധം

1. കമഴ്ന്നു കിടക്കുക, കാലുകൾ നേരെ പുറകോട്ട് നീട്ടിവയ്ക്കുക കൈകൾ ശരീരത്തോട് ചേർത്തുവയ്ക്കുക.

2. താടി നിലത്ത് സ്പർശിച്ചിരിക്കണം. ദീർഘമായി ശ്വാസം എടുത്ത് ഉള്ളിൽ നിർത്തിയിട്ട് ഇടതുകാല് മുട്ട് വളയാതെയും കാല് വിരലു കൾ കൂർമ്പിച്ച് പിടിച്ചും നിലത്തുനിന്നും നേരെ മുകളിലേക്ക് കഴി യുന്നത്ര ഉയർത്തുക.

3. പൂർവ്വസ്ഥിതിയെ പ്രാപിക്കുക തുടർന്ന് വലതുകാലിൽ ഇതേ പ്രവർത്തി തുടരുക.

4. മുദ്രകൾ അനുഷ്ഠിക്കുക.

പൂർണ്ണശലഭാസനം
ചെയ്യുന്ന വിധം

1. കമഴ്ന്നു കിടക്കുക, കാലുകൾ നേരെ പുറകോട്ട് നീട്ടിവയ്ക്കുക, കൈകൾ ശരീരത്തോട് ചേർത്ത് വയ്ക്കുക.

2. താടി നിലത്ത് സ്പർശിച്ചിരിക്കണം ശ്വാസക്രമത്തിൽ രണ്ടു കാലു കളും മുട്ട് വളയാതെയും കാല് വിരലുകൾ കൂർമ്പിച്ച് പിടിച്ചും നിലത്ത് നിന്നും നേരെ മുകളിലേക്ക് കഴിയുന്നത്ര ഉയർത്തുക.

3. പൂർവ്വസ്ഥിതിയെ പ്രാപിക്കുക. തുടർന്ന് വലതുകാലിൽ ഇതേ പ്രവൃത്തി തുടരുക.

4. ശ്വാസക്രമം പാലിച്ചുകൊണ്ട് പൂർവ്വസ്ഥിതിയെ പ്രാപിക്കുക.

5.   മുദ്രകൾ പാലിക്കുക.

പ്രയോജനം

1.   ഗ്യാസ്ട്രബിൾ, മലബന്ധം, ദഹനേന്ദ്രിയ സംബന്ധമായ ന്യൂനത
     കൾ തുടങ്ങി ഉദര സംബന്ധമായ പല വൈഷമ്യങ്ങളും ഒഴിവാ
     ക്കാൻ ഫലപ്രദമാണ്. വൃക്കകൾക്ക് ബലം ലഭിക്കുന്നു. പിരിമുറുക്കം
     ഇല്ലാതാകുന്നു. അഡ്രിനാൽ ഗ്ലാന്റിനു ഉഴിച്ചിൽ ലഭിക്കുന്നു.
2.   അടിവയറ്റിലെ എല്ലാ അവയവങ്ങൾക്കും നല്ല വ്യായാമം ലഭിക്കുന്നു.
3.   ജനനേന്ദ്രിയ വ്യൂഹത്തിനുണ്ടാകാവുന്ന പല പ്രശ്നങ്ങളും പരിഹ
     രിക്കപ്പെടുകയും ചെയ്യും.
4.   കഴുത്തിലെയും ഭുജങ്ങളിലെയും പേശികൾക്ക് ബലം ലഭിക്കുന്നു.
5.   നടുവേദന ശമിക്കുന്നു.
6.   മലബന്ധം ശമിക്കുന്നു.

ചെയ്യാൻ പാടില്ലാത്തവർ

ഡിസ്ക് ബൾഡ്ജ്, കുടൽ സംബന്ധമായ പ്രശ്നങ്ങൾ ഉള്ളവർ.

ധനുരാസനം

ശരീരത്തെ വില്ലുപോലെ ആക്കുന്ന ഒരു അഭ്യാസമാണ് ധനുരാ
സനം

ചെയ്യുന്ന വിധം

1. കമഴ്ന്നു കിടന്ന് കാലുകൾ പുറകോട്ട് നീട്ടി പാദങ്ങൾ ചേർത്ത്
    കിടത്തിവയ്ക്കുക. നെറ്റി തറയിൽ പതുക്കെ മുട്ടിച്ചുവയ്ക്കുക.
2. കാലുകൾ പുറകോട്ടു മടക്കി കൈകൾ എത്തിച്ച് കണങ്കാലിൽ മുറു
    ക്കിപ്പിടിക്കുക.
3. ശ്വാസക്രമത്തിൽ നിർത്തിയിട്ട് ശിരസ്സും നെഞ്ചും തോളും
    നിലത്തുനിന്നും ഉയർത്തുക.
4. ശ്വാസക്രമം പാലിച്ചുകൊണ്ട് പൂർവ്വസ്ഥിതിയെ പ്രാപിക്കുക.
5. മുദ്രകൾ അനുഷ്ഠിക്കുക.

പ്രയോജനം

1. ഗ്യാസ്ട്രബിൾ, മലബന്ധം, ദഹനേന്ദ്രിയ സംബന്ധമായ ന്യൂനത

കൾ തുടങ്ങി ഉദരസംബന്ധമായ പല വൈഷമ്യങ്ങളും ഒഴിവാക്കാൻ ഫലപ്രദമാണ്. വൃക്കകൾക്ക് ബലം ലഭിക്കുന്നു പിരിമുറുക്കം ഇല്ലാതാക്കുന്നു. അട്രിനാൽ ഗ്ലാന്റിനു ഉഴിച്ചിൽ ലഭിക്കുന്നു.

2. അടിവയറ്റിലെ എല്ലാ അവയവങ്ങൾക്കും നല്ല വ്യായാമം ലഭിക്കുന്നു. അരക്കെട്ടിലെയും തുടകളിലെയും അനാവശ്യ കൊഴുപ്പ് ഇല്ലാതാക്കി ഈ ഭാഗങ്ങൾക്ക് സൗന്ദര്യം ലഭിക്കുന്നു.

3. ജനനേന്ദ്രിയ വ്യൂഹത്തിനുണ്ടാകാവുന്ന പല പ്രശ്നങ്ങൾ പരിഹരിക്കപ്പെടുകയും ചെയ്യും.

4. കഴുത്തിലെയും ഭുജങ്ങളിലെയും പേശികൾക്ക് ബലം ലഭിക്കുന്നു.

5. പ്രമേഹം, ആസ്തമ എന്നിവ കുറയുന്നു.

ചെയ്യാൻ പാടില്ലാത്തവർ

ഹെർണിയ, അടുത്തിടെ സർജറി കഴിഞ്ഞവർ, ഉയർന്ന രക്ത സമ്മർദ്ദം ഉള്ളവർ, അൾസർ, മൈഗ്രെയ്ൻ

വജ്രാസനം

ചെയ്യുന്നവിധം

1. കാൽ രണ്ടും നേരെ മുമ്പോട്ടുനീട്ടി നിവർന്നിരിക്കുക. കാലുകൾ ഓരോന്നായി മടക്കി പുറകോട്ടെടുത്ത് പാദങ്ങൾ മലർത്തി അതാതു വശത്തെ പൃഷ്ഠങ്ങളോട് ചേർത്തുവയ്ക്കുക.

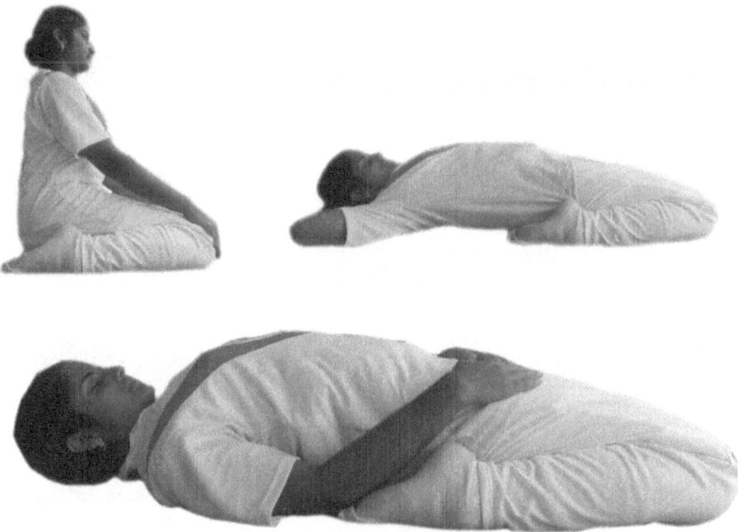

2. കാൽമുട്ടുകൾ രണ്ടും ചേർത്ത് ശരിയായി നിവർന്നിരിക്കുക.
3. പാദങ്ങളുടെയും ഇടയിൽ പൃഷ്ഠങ്ങൾ തറയിൽ പതിഞ്ഞ് ഉറച്ചിരി ക്കണം.
4. ഭൈരവ/ഭൈരവി മുദ്ര ചെയ്യുക. മുഖം ശാന്തമായിരിക്കണം.

പ്രയോജനം

1. അടിവയറ്റിലെ അവയവങ്ങൾക്കും ഗ്രന്ഥികൾക്കും നാഡി ഞരമ്പു കൾക്കും ബലവും പൃഷ്ടിയും ഉണ്ടാക്കുന്ന ആസനമാണ് വജ്രാ സനം. ദഹനശക്തി വർദ്ധിപ്പിക്കുന്നു.
2. പ്രമേഹരോഗികൾക്ക് ഏറെ ഗുണംചെയ്യുന്ന ആസനമാണ്.
3. ഹെർണിയ വരാതിരിക്കാനും വജ്രാസനം നല്ലതാണ്. പൊണ്ണത്തടി, സന്ധിവേദന ഇല്ലാതാക്കുന്നു.
4. ജനനേന്ദ്രിയത്തിനു ബലം വർദ്ധിക്കുന്നു. ധ്യാനത്തിനും ഏകാഗ്ര തയ്ക്കും നല്ലതാണ്.
5. ഭക്ഷണം കഴിച്ചതിനുശേഷം ചെയ്യാവുന്ന ഏക ആസനമാണിത്.

ചെയ്യാൻ പാടില്ലാത്തവർ

മുട്ടുവേദന, മുട്ടിനു സർജറി ചെയ്തവർ

ഉഷ്ട്രാസനം

ചെയ്യുന്നവിധം

1. കാൽമുട്ട് കുത്തി ശരീരം നിവർത്തി നില്ക്കുക.
2. ഇടതുകൈ പിന്നിലേക്ക് വളച്ചു ഉപ്പൂറ്റിയിൽ പിടിക്കുക. തുടർന്ന് വലതു കൈ അതുപോലെ പിന്നിൽ പിടിക്കുക.
3. തുടർന്ന് അരക്കെട്ട് മുന്നിലേക്ക് പൊന്തിച്ചു തല പിന്നിലേക്ക് വളയ് ക്കുക.
4. ശ്വാസം സാധാരണ നിലയിൽ തുടർന്ന് പൂർവ്വസ്ഥിതിയെ പ്രാപി ക്കുക.
5. മുദ്രകൾ അനുഷ്ഠിക്കുക.

പ്രയോജനം

1. നെഞ്ചിനു വികാസവും ശ്വാസകോശത്തിന് വ്യാപ്തിയും കൈവ രുന്നു.
2. നെഞ്ചിനും വയറിനും കഴുത്തിനും വഴക്കവും ലഭിക്കുന്നു. പ്രമേ ഹത്തെ കുറയ്ക്കുന്നു.
3. ആസ്തമാ രോഗികൾക്ക് ഇത് ഗുണപ്രദമാണ്. തൈറോയിഡ് ഗ്ലാന്റിനെ ഉദ്ദീപിപ്പിക്കുന്നു.

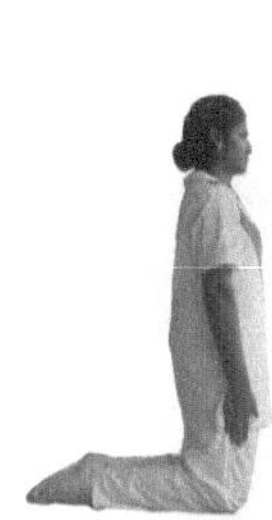 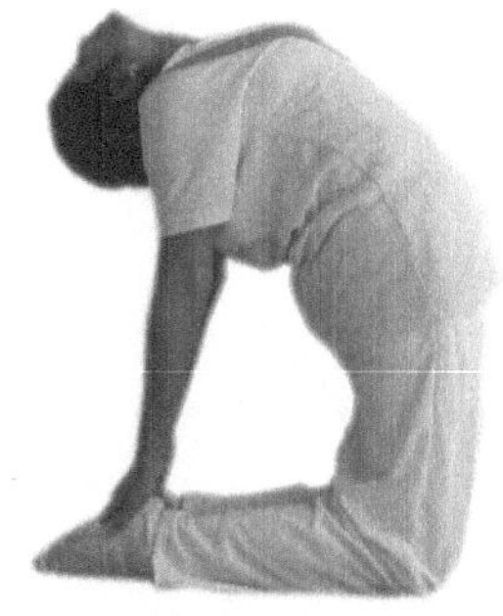 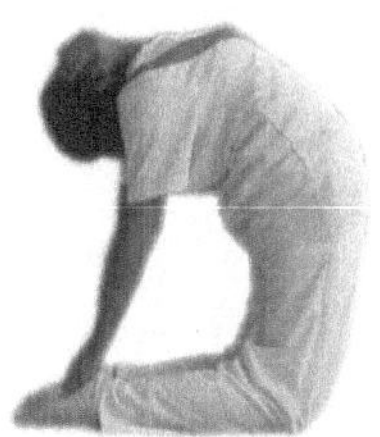

4. തലയിലേക്കുള്ള രക്തപ്രവാഹം കൂടുന്നു. വയറിലെ കൊഴുപ്പിനെ ഇല്ലാതാക്കുന്നു.
5. വാത കഫ ദോഷത്തെ ഇല്ലാതാക്കുന്നു.
6. അപബാഹു രോഗം കുറയുന്നു.

ചെയ്യാൻ പാടില്ലാത്തവർ

മുട്ട്, കഴുത്ത് – സാരമായ അപകടം പറ്റിയവർ, ഉയർന്നതോ താഴ്ന്നതോ ആയ രക്തസമ്മർദ്ദം ഉള്ളവർ, ഗർഭിണികൾ, മൈഗ്രെയ്ൻ ഉള്ളവർ.

മാർജ്ജാരാസനം

മാർജാരം എന്നാൽ പൂച്ച എന്നർത്ഥം. പൂച്ച ഉറക്കമുണർന്നാൽ ഉടനെ അത് നട്ടെല്ല് മുഴുവൻ പൊക്കി വളച്ചുപിടിച്ചുകൊണ്ട് അല്പസമയം നില്ക്കും. അതുപോലെ തന്നെ കൈകൾ മുൻപിലേക്കു നീട്ടി നട്ടെല്ലു നിവർത്തുകയും ചെയ്യും. ഇങ്ങനെ രണ്ടു മൂന്നു പ്രാവശ്യം കാണിച്ചിട്ടേ അത് സ്ഥലം വിടുകയുള്ളൂ. പൂച്ചയുടെ ഈ സമ്പ്രദായത്തെ അനുകരി ച്ചാണ് മാർജ്ജാരാസനം സംവിധാനം ചെയ്തിരിക്കുന്നത്.

ചെയ്യുന്ന വിധം

1. വജ്രാസനത്തിലിരിക്കുക. ഇനി കാൽമുട്ടുകളിൽ നില്ക്കുക.
2. കുട്ടികൾ ആന കളിക്കാൻ നില്ക്കുന്നതുപോലെ കൈകൾ കുത്തി നില്ക്കുക.
3. ശ്വാസക്രമത്തിൽ തല പുറകോട്ട് വളച്ച് മുകളിലേക്കു നോക്കുക.
4. ശ്വാസക്രമത്തിൽ നട്ടെല്ല് 'റ' പോലെ പൊക്കി പരമാവധി വള യ്ക്കുക.

പ്രയോജനം

1. നട്ടെല്ലിന് വഴക്കം ലഭിക്കുന്നു. കൈക്കുഴയ്ക്കും ഭുജങ്ങൾക്കും ബലം ലഭിക്കുന്നു. നടുവേദന ശമിക്കുന്നു.

2. പുറം ഭാഗത്തെ ശരീരപേശികളെ ബലപ്പെടുത്തി പുറംവേദന ഇല്ലാതാക്കുന്നു.

3. കഴുത്തിലെ പേശികളെ ബലപ്പെടുത്തി കഴുത്തുവേദന ഇല്ലാതാക്കുന്നു.

4. ശരീരവും മനസ്സും റിലാക്സാകുന്നു.

ചെയ്യാൻ പാടില്ലാത്തവർ

കഴുത്തു വേദന ഉള്ളവർ.

വ്യഘ്രാസനം

ചെയ്യുന്ന വിധം

1. മാർജ്ജാരാസനത്തിനെന്ന പോലെ നാല് കാലിൽ നില്ക്കുക.

2. ശ്വാസക്രമത്തിൽ തല പുറകോട്ട് വളച്ച് മുകളിലേക്കു നോക്കുക. നട്ടെല്ല് ഞെളിക്കുക. ഈ നില്പിൽ വലത്തെ കാല് നേരെ പുറ കോട്ടെടുത്ത് നീട്ടി ഉയർത്തിപ്പിടിക്കുക. ഇടതു കൈ മുന്നിലേക്കും നീട്ടുക.

3. ശ്വാസക്രമത്തിൽ മടക്കിപ്പിടിച്ചിരിക്കുന്ന കാൽമുട്ട് കുത്തി നിർത്തി
    യിരിക്കുന്ന കൈകളിൽക്കൂടി നെഞ്ചിനടുത്തേക്ക് കൊണ്ടുവരിക.
4. അതോടൊപ്പം തന്നെ തലയും കുനിച്ചുകൊണ്ടു വന്ന് (അപ്പോൾ
    കൈമുട്ടുകൾ വളയരുത്.) മുട്ടും മൂക്കും തമ്മിൽ കൂട്ടിമുട്ടിക്കുക.
    ഇടതുകാലിലും ഇതാവർത്തിക്കുക.

പ്രയോജനം

1. അരക്കെട്ട്, തുടകൾ പൃഷ്ഠം, അടിവയർ, കഴുത്ത് ഈ ഭാഗങ്ങളിൽ
    അടിഞ്ഞ് കൂടുന്ന ദുർമ്മേദസ് മാറുവാൻ ഏറെ സഹായകരമാണ്.
2. സ്ത്രീകളുടെ ജനനേന്ദ്രിയ വ്യൂഹത്തിന്റെ ന്യൂനതകൾ പരിഹരിച്ച്
    പ്രവർത്തനക്ഷമമാക്കാനും ഈ ആസനം സഹായകരമാണ്.
3. സായാടിക് രോഗങ്ങൾക്ക് ഇത് പരിഹാരമാണ്.
4. തുടയിലെയും അരക്കെട്ടിലെയും ദുർമ്മേദസ് കുറയ്ക്കുന്നു.

ബാലാസനം

ചെയ്യുന്ന വിധം

1. വജ്രാസനത്തിൽ ഇരിക്കുക– ഉപ്പൂറ്റി പിടിക്കുക.
2. ശ്വാസക്രമത്തിൽ നട്ടെല്ല് മുന്നിലേക്ക് വളയ്ക്കുക.
3. നെറ്റി തറയിൽ സ്പർശിച്ചുകൊണ്ട് അമർന്നിരിക്കുന്ന അരക്കെട്ട്

ഉപ്പൂറ്റിയിൽ പതിഞ്ഞ് ഇരിക്കുക.

4. ശ്വാസക്രമത്തിൽ നിവർന്നു വരുക.

പ്രയോജനം

1. ഇതൊരു വിശ്രമാസനം ആണ് (ഈ സ്ഥിതിയിൽ നല്ല വിശ്രമം ലഭിക്കുന്നു.)
2. വയറിനുള്ളിലെ അവയവങ്ങൾക്ക് ഉഴിച്ചിൽ ലഭിക്കുന്നു.
3. മനസ്സ് ശാന്തമാകുന്നു.
4. തുടയിലെയും അരക്കെട്ടിലെയും ദുർമ്മേദസ് കുറയ്ക്കുന്നു.
5. ഉന്മേഷം ലഭിക്കുന്നു.
6. മുദ്രകൾ അനുഷ്ഠിക്കുക.

കാകാസനം

ചെയ്യുന്ന വിധം

1. ഉള്ളം കൈകളും കാലുകളും തറയിൽ ഉറപ്പിച്ചു ഇരിക്കുക. (കൈകൾ മുന്നിൽ കുത്തി)
2. കൈകൾ തറയിൽ ശക്തിയായി അമർത്തിക്കൊണ്ട് ദേഹം ആദ്യം മുന്നോട്ട് താഴ്ത്തുക.
3. മെല്ലെ കാല്പാദങ്ങൾ തറയിൽനിന്ന് ഉയർത്തുക.
4. കാൽമുട്ടുകൾ കൈമുട്ടുകൾക്ക് മുകളിലായി ചേർത്തുവയ്ക്കുക.

പ്രയോജനം

1. ഇതൊരു ബാലൻസിങ് ആസനമാണ്.
2. വയറിനുള്ളിലെ അവയവങ്ങൾക്ക് ഉഴിച്ചിൽ ലഭിക്കുന്നു.
3. കൈക്കുഴകൾക്കും ഭുജങ്ങൾക്കും ബലം ലഭിക്കുന്നു.

4. ശരീര ഭാരം കുറയുന്നു.
5. കൗശലം വർദ്ധിക്കുന്നു.

ചെയ്യാൻ പാടില്ലാത്തവർ

ഭുജങ്ങൾക്ക് പ്രശ്നങ്ങൾ ഉള്ളവർ, രക്ത സമ്മർദ്ദമുള്ളവർ.

ബകാസനം

ചെയ്യുന്ന വിധം

1. ഉള്ളം കൈകളും കാലുകളും തറയിൽ ഉറപ്പിച്ചിരിക്കുക. (കൈകൾ മുന്നിൽ കുത്തി)
2. കൈകൾ തറയിൽ ശക്തിയായി അമർത്തിക്കൊണ്ട് ദേഹം ആദ്യം മുന്നോട്ട് താഴ്ത്തുക.
3. മെല്ലെ കാല്പാദങ്ങൾ തറയിൽനിന്ന് ഉയർത്തുക.
4. കാൽമുട്ടുകൾ കക്ഷത്തിൽ ചേർത്തുവയ്ക്കുക.

പ്രയോജനം

1. ഇതൊരു ബാലൻസിങ് ആസനമാണ്.
2. വയറിനുള്ളിലെ അവയവങ്ങൾക്ക് ഉഴിച്ചിൽ ലഭിക്കുന്നു.
3. കൈക്കുഴകൾക്കും ഭുജങ്ങൾക്കും ബലം ലഭിക്കുന്നു.
4. ശരീരഭാരം കുറയുന്നു.

പാദഹസ്താസനം

ചെയ്യുന്ന വിധം

1. കൈകാലുകൾ ചേർത്തുവച്ചു നിവർന്നു നില്ക്കുക.
2. ശ്വാസക്രമത്തിൽ കൈകൾ പാർശ്വങ്ങളിലൂടെ ചെവിക്കു സമാന്തരമായി കൊണ്ടുവരിക.
3. ശ്വാസക്രമത്തിൽ മുന്നിലേക്ക് വളഞ്ഞ് കൈപ്പത്തി കാല്പാദങ്ങളുടെ ഇരുവശത്തായി തറയിൽ തൊടുക.
4. അതോടൊപ്പം തന്നെ തലയും കുനിച്ചുകൊണ്ട് വന്ന് മുട്ടും മൂക്കും തമ്മിൽ കൂട്ടിമുട്ടിക്കുക.

പ്രയോജനം

1. അരക്കെട്ട്, തുടകൾ, പൃഷ്ഠം, അടിവയർ ഈ ഭാഗങ്ങളിൽ അടിഞ്ഞുകൂടുന്ന ദുർമ്മേദസ് മാറുവാൻ ഏറെ സഹായകരമാണ്.
2. ജനനേന്ദ്രിയവ്യൂഹത്തിന്റെ ന്യൂനതകൾ പരിഹരിച്ച് പ്രവർത്തനക്ഷമമാക്കാൻ ഈ ആസനം സഹായകരമാണ്.
3. കുട്ടികൾക്ക് ഉയരം വർദ്ധിപ്പിച്ചു കിട്ടാൻ ഇത് സഹായകരമാണ്.
4. ആർത്തവ സംബന്ധമായ പ്രശ്നങ്ങൾക്ക് ഒരു പരിഹാരമാണ്.

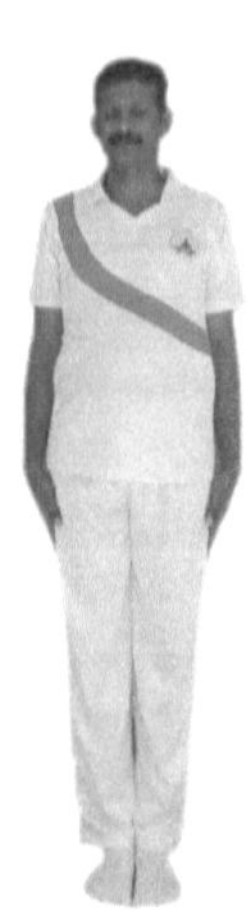

ചെയ്യാൻ പാടില്ലാത്തവർ

സായാടിക് രോഗികൾ, ആസ്തമ, അൾസർ, ഉയർന്ന ബി പി, നട്ടെ
ല്ലിനു പ്രശ്നങ്ങൾ ഉള്ളവർ.

ത്രികോണാസനം

ചെയ്യുന്ന വിധം

1. താടാസനത്തിൽനിന്ന് കാലുകൾ നാല് അടി അകറ്റുക. വലത്തെ
   കാലിന്റെ പാദം വലത്തേക്കു 90 ഡിഗ്രിയിൽ തിരിക്കുക.
2. അകത്തേക്കു ശ്വാസക്രമത്തിൽ രണ്ടു കൈകളും രണ്ടു വശങ്ങ
   ളിൽ തോള് വരെ പൊക്കുക.
3. ശ്വാസക്രമത്തിൽ വലത്തേക്കു ചെരിയുക. വലത്തെ പാദത്തിനരികെ
   കൈകൾ കുത്തിനിർത്തി സാധാരണ രീതിയിൽ ശ്വസിച്ചുകൊണ്ട്
   കുറച്ചു നിമിഷം അങ്ങനെ നില്ക്കുക. (ഇടത്തെ കൈപ്പത്തി
   നോക്കി)
4. പൂർവ്വസ്ഥിതിയെ പ്രാപിച്ചശേഷം ഇടതുകാലിൽ ഇത് ആവർത്തി
   ക്കുക.

പ്രയോജനം

1. അരക്കെട്ട്, തുടകൾ, പൃഷ്ഠം, കണങ്കാൽ, അടിവയർ ഈ ഭാഗങ്ങ
   ളിൽ അടിഞ്ഞുകൂടുന്ന ദുർമ്മേദസ് മാറുവാനും ഇവയെ ബലപ്പെടു
   ത്താനും സഹായിക്കുന്നു.
2. മുട്ടുവേദന ഇല്ലാതാക്കുന്നു.
3. നട്ടെല്ലിന് വഴക്കം ലഭിക്കുന്നു.
4. ഓസ്റ്റിയോപോറോസിസ് കുറയുന്നു.

ചെയ്യാൻ പാടില്ലാത്തവർ

മൈഗ്രെയ്ൻ, അതിസാരം, താഴ്ന്ന രക്തസമ്മർദ്ദം, സ്ഥിരമായ തല
വേദന, പുറംവേദന എന്നിവ ഉള്ളവർ.

വൃക്ഷാസനം

ചെയ്യുന്ന വിധം

1. ഇടത്തെ കാൽ മടക്കി ഉപ്പൂറ്റി വലത്തേ തുട തുടങ്ങുന്ന ഭാഗത്തു
   ചേർത്തു വയ്ക്കുക.
2. ശ്വാസക്രമത്തിൽ കൈകൾ പാർശ്വങ്ങളിലൂടെ ഉയർത്തിക്കൊണ്ട്
   കൈകുപ്പി നില്ക്കുക.
3. ശ്വാസക്രമത്തിൽ പൂർവ്വസ്ഥിതിയെ പ്രാപിക്കുക.
4. ശേഷം വലതു കാലിൽ ഇത് ആവർത്തിക്കുക.

പ്രയോജനം

1. അരക്കെട്ട്, തുടകൾ, പൃഷ്ഠം, കണങ്കാൽ, അടിവയർ ഈ ഭാഗങ്ങ ളിൽ അടിഞ്ഞുകൂടുന്ന ദുർമ്മേദസ് മാറുവാനും ഇവയെ ബലപ്പെടു ത്താനും സഹായിക്കുന്നു.
2. മുട്ടു വേദന ഇല്ലാതാക്കുന്നു. ഏകാഗ്രത വർദ്ധിക്കുന്നു.
3. സായാടിക് രോഗത്തിന്റെ കാരണങ്ങളെ ഇല്ലാതാക്കുന്നു.
4. മനസ്സിനും ശരീരത്തിനും ബാലൻസിങ് ലഭിക്കുന്നു.

ചെയ്യാൻ പാടില്ലാത്തവർ

മൈഗ്രെയ്ൻ, ഉയർന്നതും താഴ്ന്നതുമായ രക്തസമ്മർദ്ദം, സ്ഥിരമായ തലവേദന, വെർട്ടിനോ എന്നിവ ഉള്ളവർ.

പ്രാണായാമം

യോഗ വിദ്യയിലെ ഒഴിച്ചുകൂടാനാവാത്ത ഒന്നാണ് പ്രാണായാമം. പ്രാണന്റെ സഞ്ചാരം എന്നർത്ഥം. യമ, നിയമം, ആസനം എന്നീ നാലു ഘട്ടങ്ങൾക്ക് ശേഷം അടുത്തതായി നിർദ്ദേശിച്ചിരിക്കുന്നത് പ്രാണായാമ മാണ്. അഷ്ടാംഗയോഗയിൽ ശാരീരികമായ മറ്റേതൊരു അഭ്യാസത്തേ ക്കാളും വളരെയധികം പ്രയോജനം പ്രാണായാമം കൊണ്ടുണ്ടാകുമെന്നു പറഞ്ഞിരിക്കുന്നു.

ശ്വാസോച്ഛ്വാസം നിയന്ത്രിച്ച് താളാത്മകമായി ശ്വസിക്കുകയും ഉച്ഛ സിക്കുകയും ചെയ്യുന്നതാണ് പ്രാണായാമത്തിന്റെ അടിസ്ഥാന രീതി. പ്രാണായാമം രേചകം, പൂരകം, കുംഭകം എന്നിങ്ങനെ മൂന്നു വിധമുണ്ട്. ശരീരത്തിലുള്ള വായുവിനെ ഉയർത്തി മൂക്കുവഴി സാവധാനം അല്പം പോലും ബാക്കിയില്ലാതെ പുറത്തേക്ക് സമമായും ക്രമമായും അല്പ നേരംകൊണ്ട് ഉച്ഛസിക്കണം. അങ്ങനെ ദേഹാന്തർഭാഗത്തുള്ള ആകാ ശത്തെ വായുരഹിതമാക്കി – ശൂന്യമാക്കി – തീർക്കണം. എന്നിട്ട് അല്പം പോലും വായു അകത്ത് കടക്കാനനുവദിക്കാതെ ആ ശൂന്യഭാഗം കഴി യുന്നത്ര സമയം നിലനിർത്തണം. ഇതാണ് രേചകം. തുടർന്ന് ഒരു താമ രത്തണ്ടിൽക്കൂടി എങ്ങനെ വെള്ളം വായിലേക്കാകർഷിച്ചെടുക്കാൻ കഴി യുന്നുവോ അതുപോലെ സാവധാനമായും ക്രമമായും മൂക്കുവഴി വായു വിനെ ഉള്ളിലേക്ക് ശ്വസിക്കുക. ഇതാണ് പൂരകം. എന്നിട്ട് ഉച്ഛസിക്കു കയോ നിശ്വസിക്കുകയോ ചെയ്യാതെയും ശരീരാവയവങ്ങളെ ചലിപ്പി ക്കാതെയും കഴിയുന്നത്ര സമയം നിശ്ചലമായിരിക്കുക. ഇതാണ് കുംഭകം.

അഥാസനേനദൃഢേ യോഗീ വശീഹിതമിതാശന

ഗുരുപദിഷ്ടീണ മാർഗ്ഗേണ പ്രാണായാമേൻസമഭ്യസേത്

പ്രാണായാമം ശരിയായ നിയമങ്ങളാൽ നിയന്ത്രിക്കപ്പെടേണ്ട ഒന്നാണ്. ഒരു ഗുരുവിന്റെയോ യോഗാചാര്യന്റെയോ നിർദ്ദേശപ്രകാരമേ ചെയ്യാൻ പാടുള്ളൂ.

പ്രാണായാമേന യുക്തേന സർവ്വരോഗ ക്ഷയോൽഭവേൽ
ആയുക്താഭ്യാസ യോഗേന സർവ്വരോഗ സമുദ് ഭവ
(ഹ പ്ര 2/16)

അർത്ഥം

യുക്തമായി (ശരിയായി) പ്രാണായാമം ചെയ്താൽ സർവ്വ രോഗവും ക്ഷയിക്കും അഥവാ ഇല്ലാതെയാകും. അയുക്തമായി അലസമായും (അശ്രദ്ധമായും) പ്രാണായാമം ചെയ്താൽ രോഗത്തെ സ്വന്തം ശരീര ത്തിലേക്ക് ക്ഷണിക്കുന്നതിനു തുല്യം ആണ് എന്നാണ് 8000 വർഷം മുമ്പേ മഹർഷി സ്വാത്മാരാമൻ രചിച്ച *ഹഠയോഗ പ്രദീപികയിൽ* പറ ഞ്ഞിരിക്കുന്നത്. അത്ര പ്രാധാന്യം ആണ് *പ്രാണായാമത്തിനു* യോഗ യിൽ ഉള്ളത്. ജീവജാലങ്ങളിലെ നിലകൾ യോഗാസനങ്ങളിൽ ഉൾപ്പെ ടുത്തിയപ്പോൾ, ആമയുടെ ശ്വസന രീതി ആണ് പ്രാണായാമത്തിൽ ഉൾപ്പെടുത്തിയത്. കാരണം ആമയുടെ ആയുസ്സിന്റെ രഹസ്യം അതിന്റെ ശ്വസന രീതി കൊണ്ടാണ്. ഒരു മിനിട്ടിൽ മൂന്നു തവണ ശ്വാസോച്ഛാസം നടത്തുന്ന ജീവിയാണ് ആമ.

ലഘുപ്രാണായാമങ്ങൾ

ശ്വാസോച്ഛാസത്തിലേക്ക് ശ്രദ്ധിക്കുക. ശ്രദ്ധിക്കാൻ കഴിയുന്നില്ലെ ങ്കിൽ കണ്ണുകൾ അടച്ചു പിടിക്കുക. ഒരു കൈ അരയിൽ വെക്കാം. മറ്റേ കൈയിലെ തള്ളവിരൽകൊണ്ട് വലത്തേ നാസാദ്വാരം അടയ്ക്കുക. ഇടത്തെ നാസാദ്വാരത്തിലൂടെ ശ്വാസം സാവധാനം വലിക്കുക. ഇടത്തേ നാസാദ്വാരം അടച്ചുപിടിച്ച് മറ്റേതിലൂടെ പുറത്തേക്ക് വിടുക. തിരിച്ചും ചെയ്യുക. ഇങ്ങനെ 15 തവണ ലഭ്യമായ സമയത്തിനനുസരിച്ച് ചെയ്യുക.

ഉദരശ്വസനം ചെയ്യുന്ന വിധം

1. ശവാസനത്തിൽ കിടക്കുക.
2. കൈത്തലം പൊക്കിളിനുമേൽ വയ്ക്കുക.
3. ദീർഘമായി ശ്വാസം അകത്തേക്കു എടുക്കുക. വയറ് ബലൂൺ പോലെ വീർക്കും.
4. ശ്വാസം മെല്ലെ പുറത്തേക്കു വിടുക. ഉദരം സങ്കോചിപ്പിച്ച് കൈത്തലം നട്ടെല്ലിൽ അമർത്തുക. അപ്പോൾ നെഞ്ച് വികസിക്കുന്നു. ഇത് ആവർത്തിക്കുക.

നാഡിശുദ്ധി പ്രാണായാമം

നാഡി എന്നാൽ ചാനൽ എന്നർത്ഥം. ശുദ്ധി എന്നാൽ ശുചിയാ ക്കൽ. പല തരത്തിലുള്ള വിഷമയമായ അഴുക്കുകൾകൊണ്ട് നമ്മുടെ നാഡികൾ അശുദ്ധമായി പോകുന്നു. ഇതിനെ ശുദ്ധീകരിക്കുകയാണ്

ഈ പ്രാണായാമത്തിലൂടെ നാം ചെയ്യുന്നത് ഇഡ, പിംഗള എന്ന രണ്ടു നാഡികൾക്ക് വളരെ പ്രാധാന്യം ഉണ്ട്. ഈ ചാനലുകൾ ഇതിനെ സൂര്യ നാഡി എന്നും ചന്ദ്രനാഡി എന്നും പറയുന്നു. സൂര്യനാഡി വലതു മൂക്കി നെയും ചന്ദ്രനാഡി ഇടതുമൂക്കിനെയും പ്രതിനിധാനം ചെയ്യുന്നു. മാന സിക പിരിമുറുക്കംകൊണ്ട് ഈ ചാനലുകൾ തടസ്സപ്പെടാം. മാനസിക ശാരീരിക ആഘാതംകൊണ്ടും ചാനലുകൾക്ക് തടസ്സം ഉണ്ടാകാം. ആരോഗ്യകരമല്ലാത്ത ജീവിതരീതി ചാനലുകൾക്ക് തടസ്സം ഉണ്ടാക്കു ന്നു. നാഡി ശുദ്ധി പ്രാണായാമത്തെ അനുലോമവിലോമ പ്രാണായാമം എന്നും പറയാറുണ്ട്.

ചെയ്യുന്ന വിധം

1. പത്മാസനത്തിലോ സുഖാസനത്തിലോ നട്ടെല്ല് നിവർത്തി ഇരി ക്കുക.
2. കൈത്തലം മുഖത്തിനു നേരെ കൊണ്ടുവരുക. ചൂണ്ടുവിരലും നടു വിരലും പുരികത്തിനു മദ്ധ്യേ.
3. പെരുവിരൽ വലതു നാസികയ്ക്കടുത്തും മോതിരവിരൽ ഇടത്തു നാസികയ്ക്കടുത്തും വയ്ക്കുക. വലതു പെരുവിരൽ കൊണ്ട് വലതു നാസിക അടച്ചുപിടിക്കുക. ഇടതു നാസികയിലൂടെ ദീർഘമായി ശ്വാസം എടുക്കുക. മോതിരവിരൽകൊണ്ട് ഇടതു നാസിക അടച്ചു കൊണ്ട് വലതു നാസികയിലൂടെ ശ്വാസം പുറത്തേക്ക് വിടുക.
4. ഇടതു മൂക്കിൽ തുടങ്ങി അവിടെത്തന്നെ അവസാനിക്കുന്നതാണ് ഒരു നാഡി ശുദ്ധി. പ്രാണായാമം മൂന്നു ചക്രം ആവർത്തിക്കുക.
5. മുദ്രകൾ അനുഷ്ഠിക്കുക.

പ്രയോജനം

1. പ്രാണിക് ഊർജ്ജം വർദ്ധിക്കുന്നു.
2. വിഷ വസ്തുക്കളെ മാറ്റി രക്തത്തെ ശുദ്ധീകരിക്കുന്നു.
3. മനസ്സിനെ പ്രശാന്തവും സമാധാനപൂർണ്ണവുമാക്കുന്നു.
4. തലച്ചോറിലെ എല്ലാ കേന്ദ്രങ്ങളെയും ഊർജ്ജിതപ്പെടുത്തുന്നു. മാന സികശേഷി വർദ്ധിക്കുന്നു.
5. ഡിപ്രഷൻ അകറ്റുന്നു.
6. ഓർമ്മശക്തി വർദ്ധിക്കുന്നു.
7. ബി പി കുറയുന്നു.
8. നാഡികൾ ശുദ്ധമാകുന്നു.

കപാലഭാതി

കപാലം എന്നാൽ തലയോട് ഭാതി എന്നാൽ ശുചിയാക്കൽ.

ചെയ്യുന്ന വിധം

1. പത്മാസനത്തിലോ വജ്രാസനത്തിലോ സുഖാസനത്തിലോ നട്ടെല്ല് നിവർത്തി ഇരിക്കുക.

2. രണ്ടു പ്രാവശ്യം ദീർഘശ്വാസം എടുക്കുക. തുടർന്ന് മൂന്നാമത്തെ ദീർഘ ശ്വാസത്തിനുശേഷം ശക്തമായി ശ്വാസം പുറത്തേക്കു വിട്ടു കൊണ്ടേയിരിക്കുക. (രേചകം ചെയ്യുക)

3. ശ്വാസോച്ഛ്വാസത്തിന്റെ എണ്ണം 15 ൽ ആരംഭിച്ച് അറുപതും 120 വരെ വർദ്ധിപ്പിക്കുക.

4. മൂന്നു വട്ടം ആവർത്തിക്കുക.

പ്രയോജനം

1. രക്തശുദ്ധീകരണം സംഭവിക്കുന്നു. ശ്വാസനാളത്തിലെ തടസ്സങ്ങളെ മാറ്റുന്നു.

2. കഫ ദോഷങ്ങളെ കുറയ്ക്കുന്നു. സൈനസ് പ്രശ്നങ്ങൾക്ക് പരി ഹാരമാണ്.

3. ശ്വസന വ്യവസ്ഥകളുടെയും ദഹന വ്യവസ്ഥകളുടെയും പ്രവർത്ത നങ്ങളെ മെച്ചപ്പെടുത്തുന്നു. വയറിലെ ദുർമ്മേദസ്സിനെ കുറയ്ക്കുന്നു. ശ്വാസകോശത്തെ ശക്തിപ്പെടുത്തുന്നു.

4. മനസ്സ് ശക്തവും ശാന്തവുമാകുന്നു.

5. ബി പി കുറയുന്നു.

ഭ്രാമരി പ്രാണായാമം

വണ്ടിന്റേതുപോലുള്ള മുരൾച്ചയോടെ പ്രാണായാമം ചെയ്യുന്ന രീതി യാണിത്. പ്രാണായാമങ്ങളിൽ ശ്വാസം ഉച്ഛ്വസിക്കുന്നതിനോടൊപ്പം ബല ത്തോടെ മൂളുക. കുറുനാക്ക് മണ്ഡലം മുഴുവൻ കമ്പനം ചെയ്യുന്ന രീതി യിലാണ് ചെയ്യേണ്ടത്. വൈബ്രേഷൻ പോസിറ്റീവ് എനർജിയായി ശരീര ത്തിൽ വ്യാപിക്കും.

ചെയ്യുന്ന വിധം

1. പത്മാസനത്തിലോ സുഖാസനത്തിലോ നട്ടെല്ല് നിവർത്തി കണ്ണു കൾ അടച്ച് ഇരിക്കുക.

2. ശ്വാസം രണ്ടു മൂക്കിലൂടെ അകത്തേക്ക് എടുക്കുക. മൂലബന്ധം ചെയ്യുക.

3. ചൂണ്ടുവിരൽ ഉപയോഗിച്ച് ചെവികൾ അടയ്ക്കുക. തേനീച്ചയുടെ തുപോലുള്ള മൂളലോടെ മൂക്കിലൂടെ ശ്വാസം പുറത്തേക്ക് വിടുക.

4. അഞ്ചു ചക്രം ആവർത്തിക്കുക. (ഒരു ചക്രം പത്തു തവണ)

പ്രയോജനം

1. മാനസിക സംഘർഷം, ആകുലതകൾ, കോപം, ആശയക്കുഴപ്പം ഓർമ്മക്കുറവ്, ചുഴലി എന്നിവ സുഖപ്പെടുത്തുന്നു.
2. രക്തസമ്മർദ്ദം കുറയുന്നു.
3. തൊണ്ടയിലെ രോഗങ്ങൾ ഇല്ലാതാക്കുന്നു.
4. ശബ്ദമാധുര്യം നല്കുന്നു.
5. തലച്ചോറിലെ കോശങ്ങൾ ആരോഗ്യപൂർണ്ണമാകുന്നു.
6. ഉൽക്കണ്ഠ ഇല്ലാതാകുന്നു.
7. നല്ല ഉറക്കം ലഭിക്കുന്നു

ചെയ്തുകൂടാത്തവർ

ഡിപ്രഷൻ ഉള്ളവർ.

ശീതളി പ്രാണായാമം

ശരീരത്തെ തണുപ്പിക്കുന്ന പ്രാണായാമമാണിത്.

ചെയ്യുന്ന വിധം

1. പത്മാസനത്തിലോ സുഖാസനത്തിലോ ഇരിക്കുക.
2. കൈകൾ പിൻമുദ്രയിൽ വയ്ക്കുക.
3. നാക്ക് ഫണൽ പോലെയാക്കി നീട്ടിവെക്കുക.
4. ശ്വാസം ഉള്ളിലേക്ക് ദീർഘമായി വലിക്കുക.
5. നാക്ക് ഉള്ളിൽ കയറ്റി വായടച്ച് പിടിച്ച് മൂക്കിലൂടെ ശ്വാസം പുറ ത്തുവിടുക. (10 തവണ)

ഗുണങ്ങൾ

1. ബി പി കുറയുന്നു.
2. ടെൻഷൻ കുറയുന്നു.
3. ശ്വാസംമുട്ടൽ കുറയുന്നു.
4. ബ്രെയിൻ കോശങ്ങൾ തണുക്കുന്നു.
5. മുഖസൗന്ദര്യം വർദ്ധിക്കുന്നു.
6. മുദ്രകൾ അനുഷ്ഠിക്കുക.

ചന്ദ്രഭേദ പ്രാണായാമം

ചന്ദ്ര എന്നാൽ ചന്ദ്രൻ എന്നർത്ഥം. ഭേദ എന്നാൽ കടന്നുപോവുക, ശ്വാസം ഇടതു മൂക്കിലൂടെ കടത്തിവിടുക എന്നർത്ഥം. പ്രാണോർജ്ജം ഇഡാ നാഡിയിലൂടെ കടത്തിവിട്ട് പിംഗള നാഡിയിലൂടെ പുറത്തുവിടു ന്നതാണ് ചന്ദ്രഭേദ പ്രാണായാമം.

ചെയ്യുന്ന വിധം

1. സുഖാസനം, പത്മാസനം മുതലായ ഏതെങ്കിലും ആസനത്തിൽ സ്വസ്ഥമായി ഇരിക്കുക.
2. വലതുകൈ വിഷ്ണു മുദ്രയിൽ പിടിക്കുക.
3. വലതുകൈയുടെ തള്ളവിരൽകൊണ്ട് വലതു നാഡി അടച്ചു വയ്ക്കുക.
4. ഇടതു നാഡിയിലൂടെ ശ്വാസകോശം നിറയുന്നതുവരെ സാവധാനം ശ്വാസം അകത്തേക്കു എടുക്കുക.
5. അവരവരുടെ കഴിവനുസരിച്ച് ശ്വാസം ശ്വാസകോശത്തിൽ നിർ ത്തുക (തുടക്കക്കാർ ശ്വാസം പിടിച്ചു നിർത്തേണ്ടതില്ല)
6. തുടർന്ന് വലതു മൂക്കിലൂടെ ശ്വാസം പുറത്തേക്കു വിടുക.
   ഈ പ്രക്രിയ 10 തവണ ആവർത്തിക്കുക.

ഗുണങ്ങൾ

1. ശരീരത്തെ തണുപ്പിക്കുന്നു.
2. ആലസ്യത്തെ ഇല്ലാതാക്കുന്നു.
3. ഉയർന്ന രക്തസമ്മർദ്ദത്തെ കുറയ്ക്കുന്നു.
4. മാനസിക പിരിമുറുക്കം, വിഷാദം മുതലായവയെ ഇല്ലാതാക്കുന്നു.

ചെയ്യാൻ പാടില്ലാത്തവർ

ആസ്തമ, താഴ്ന്ന രക്തസമ്മർദ്ദം, ജലദോഷം, കഫം, ശ്വാസന വ്യവ സ്ഥയെ ബാധിക്കുന്ന പ്രശ്നങ്ങൾ എന്നിവ ഉള്ളവർ ഇത് ചെയ്യാൻ പാടില്ല.

സൂര്യഭേദ പ്രാണായാമം

സൂര്യ എന്നാൽ സൂര്യൻ എന്നർത്ഥം. ഭേദ എന്നാൽ കടന്നുപോ വുക. ശ്വാസം വലതു നാസാദ്വാരത്തിലൂടെ കടത്തിവിടുക എന്നർത്ഥം. പ്രാണോർജ്ജം പിംഗള നാഡിയിലൂടെ കടത്തിവിട്ട് ഇഡാ നാഡിയിലൂടെ പുറത്തുവിടുന്നതാണ് സൂര്യഭേദ പ്രാണായാമം.

ചെയ്യുന്ന വിധം

1. സുഖാസനം, പത്മാസനം മുതലായ ഏതെങ്കിലും ആസനത്തിൽ സ്വസ്ഥമായി ഇരിക്കുക.
2. വലതുകൈ വിഷ്ണു മുദ്രയിൽ പിടിക്കുക.
3. ഇടതുകൈയുടെ മോതിരവിരലും ചെറുവിരലുംകൊണ്ട് ഇടതു നാഡി അടച്ചുവയ്ക്കുക.
4. വലതുനാഡിയിലൂടെ ശ്വാസകോശം നിറയുന്നതുവരെ സാവധാനം ശ്വാസം അകത്തേക്ക് എടുക്കുക.

5. അവരവരുടെ കഴിവിനനുസരിച്ച് ശ്വാസം ശ്വാസകോശത്തിൽ നിർ
   ത്തുക. (തുടക്കക്കാർ ശ്വാസം പിടിച്ചു നിർത്തേണ്ടതില്ല.)
6. തുടർന്ന് ഇടതു മൂക്കിലൂടെ ശ്വാസം പുറത്തേക്കു വിടുക.
   ഈ പ്രക്രിയ 10 തവണ ആവർത്തിക്കുക.

ഗുണങ്ങൾ

1. സൂര്യഭേദ പ്രാണായാമം ശരീരത്തിലെ എല്ലാ പ്രവർത്തനങ്ങളെയും
   ക്രമപ്പെടുത്തുന്നു.
2. ആഗ്നേയരസങ്ങളുടെ പ്രവർത്തനങ്ങളെ ത്വരിതപ്പെടുത്തുന്നു.
3. രക്തത്തിലെ ഓക്സിജന്റെ അളവിനെ വർദ്ധിപ്പിക്കുന്നു.
4. പീനിസത്തെ കുറയ്ക്കുന്നു.
5. വാത സംബന്ധമായ രോഗങ്ങളെ ഇല്ലാതാക്കുന്നു.
6. തണുപ്പുകാലത്ത് സൂര്യഭേദ പ്രാണായാമം ചെയ്യുന്നതു നല്ലതാണ്.
7. പ്രാണോർജ്ജത്തെ വർദ്ധിപ്പിക്കുന്നു.
8. ആസ്തമ, ജലദോഷം, ശ്വാസകോശ സംബന്ധമായ രോഗങ്ങളെ
   കുറയ്ക്കുന്നു.
9. ത്വക്ക് രോഗങ്ങളെ കുറയ്ക്കുന്നു.

ചെയ്യാൻ പാടില്ലാത്തവർ

ഹൃദയ ശസ്ത്രക്രിയ, മസ്തിഷ്ക ശസ്ത്രക്രിയ എന്നിവയ്ക്കു
വിധേയരായവർ ഡോക്ടറുടെ നിർദ്ദേശമനുസരിച്ചു മാത്രമേ ഇത് ചെയ്യാൻ
പാടുള്ളൂ.

ഉജ്ജയ് പ്രാണായാമം

ഉജ്ജയ് എന്ന സംസ്കൃത ശബ്ദത്തിൽനിന്നാണ് ഉജ്ജയ് പ്രാണാ
യാമം ഉണ്ടായത്. ഉജ്ജയ് എന്നാൽ കീഴടക്കുക അല്ലെങ്കിൽ വിജയിക്കുക
എന്നർത്ഥം. ഇതിനെ ഓഷ്യൻ ബ്രീതിങ് എന്നും ഹിസ്സിങ് ബ്രീതിങ്
എന്നും പറയാറുണ്ട്.
1. സുഖാസനം, പത്മാസനം മുതലായ ഏതെങ്കിലും ആസനത്തിൽ
   സ്വസ്ഥമായി ഇരിക്കുക.
2. രണ്ടു മൂക്കിലൂടെയും മെല്ലെ ദീർഘമായ ശ്വാസം എടുക്കുക.
3. ശ്വാസം തൊണ്ടയിൽ സ്പർശിക്കുന്നത് അനുഭവിക്കുക. ശ്വാസം
   തൊണ്ടയിൽ സ്പർശിക്കുന്ന മാത്രയിൽ ഒരു പ്രത്യേക ശബ്ദം
   (ശ്വാസം അകത്തേക്കും പുറത്തേക്കും പോകുമ്പോൾ ഒരു ഹിസ്സിങ്
   ശബ്ദം) ഉണ്ടാകുന്നു.

ഗുണങ്ങൾ

1. മനസ്സിന്റെ ശക്തി കൂടുന്നു, ശരീരം ശക്തിപ്പെടുന്നു.

2. പോസിറ്റീവ് ചിന്താഗതി ഉണ്ടാകുന്നു. കൊളസ്ട്രോളിനെ കുറ
   യ്ക്കുന്നു.
3. മൈഗ്രയ്ൻ, റുമാറ്റിസം, സൈനസൈറ്റിസ് എന്നീ രോഗങ്ങളെ കുറ
   യ്ക്കുന്നു.
4. ശബ്ദ മാധുര്യം ഉണ്ടാകുന്നു. തൈറോയിഡ് രോഗത്തെ കുറയ്ക്കു
   ന്നു.
5. തീവ്രമായ ജലദോഷം, മലബന്ധം, കരൾ രോഗങ്ങൾ, വയറിളക്കം
   തുടങ്ങിയ രോഗങ്ങളെ കുറയ്ക്കുന്നു.
6. ഏകാഗ്രത കൂടുന്നു. കുട്ടികളിലെ വിക്ക് മാറുന്നു.

ചെയ്യാൻ പാടില്ലാത്തവർ

ഹൃദയ രോഗങ്ങൾ, ഉയർന്ന രക്തസമ്മർദ്ദം എന്നീ രോഗങ്ങൾ ഉള്ള
വർ വളരെ ശ്രദ്ധയോടെ ചെയ്യേണ്ടതാണ്.

ഭസ്ത്രിക

ബാസ്ത്രിക എന്ന സംസ്കൃത വാക്കിന്റെ അർത്ഥം ഉല എന്നാണ്.
കൊല്ലൻ ആലയിൽ ഉല ഊതി ഇരുമ്പ് കാച്ചിയെടുക്കുന്നതുപോലെ
ശ്വാസോച്ഛ്വാസം ചെയ്ത് ശരീരത്തെ ശുദ്ധീകരിച്ചെടുക്കുന്നു.
1. സുഖാസനം, പദ്മാസനം മുതലായവയിൽ ഏതെങ്കിലും ആസന
   ത്തിൽ സ്വസ്ഥമായി ഇരിക്കുക.
2. ദീർഘശ്വാസം എടുത്ത് ശ്വാസകോശം നിറയ്ക്കുക.
3. തുടർന്ന് എടുത്ത അതേരീതിയിൽ ശ്വാസം പുറത്തേക്ക് വിടുക.
4. 2.5 സെക്കന്റ് സമയം ശ്വാസം അകത്തേക്കും 2.5 സെക്കന്റ് സമയം
   പുറത്തേക്കും എന്ന രീതിയിൽ ആയിരിക്കണം ശ്വാസോച്ഛ്വാസം.
5. ശ്വാസം എടുക്കുമ്പോൾ അനുരോധ ഊർജ്ജം (പോസിറ്റീവ്
   എനർജി) ശരീരത്തിൽ പ്രവേശിക്കുന്നതായി സങ്കല്പിക്കുക.
6. ശ്വാസം പുറത്തേക്കു വിടുമ്പോൾ നെഗറ്റീവ് എനർജി, വിഷഹാരി
   കളായ മാലിന്യങ്ങൾ എന്നിവ ശരീരത്തിൽനിന്നും പുറത്തേക്ക്
   പോകുന്നതായി സങ്കല്പിക്കുക.

ഗുണങ്ങൾ

1. ശ്വാസകോശത്തിന്റെ ശക്തി വർദ്ധിപ്പിക്കുന്നു.
2. അലർജി, ശ്വാസകോശ സംബന്ധമായ രോഗങ്ങൾ, ആസ്തമ,
   ടോൺസിൽ, തൈറോയിഡ് ഇവയെ നിയന്ത്രിക്കുന്നു.
3. ത്രിദോഷങ്ങളെ നിയന്ത്രിക്കുന്നു. മനസ്സിനെ ശാന്തമാക്കുന്നു.
4. ശരീരത്തിനുള്ളിൽനിന്നും വിഷഹാരികളായ മാലിന്യങ്ങളെ പുറന്ത
   ള്ളുന്നു.
5. ഹൃദയത്തിനും തലച്ചോറിനും ശുദ്ധമായ ഓക്സിജൻ കൂടുതൽ

ലഭിക്കുന്നു. ശരീരത്തെ ചൂടാക്കുന്നു. ജലദോഷം ഇല്ലാതാക്കുന്നു.

6. പ്രതിരോധ സംവിധാനത്തെ ശക്തിപ്പെടുത്തുന്നു.

ചെയ്യാൻ പാടില്ലാത്തവർ

ഹൃദയ രോഗങ്ങൾ, ഉയർന്ന രക്തസമ്മർദ്ദം എന്നിവ ഉള്ളവർ ഈ പ്രാണായാമം ചെയ്യാൻ പാടില്ല.

അവലംബം

ഹഠപ്രദീപിക
ഘേരണസംഹിത
പതഞ്ജലി യോഗസൂത്രം